(ललित लेख)

आकाशवाणी
मुंबई केंद्राच्या
'ऐसी अक्षरे
रसिके' व
'साहित्य सौरभ'
या कार्यक्रमातून
प्रसारित झालेल्या
ललित लेखांचा
संग्रह

'दिलीपराज प्रकाशन प्रा. लि.'च्या नवीन पुस्तकांची यादी व माहिती हवी असल्यास आपला पत्ता, दूरध्वनी क्रमांक किंवा Email आमच्या diliprajprakashan@yahoo.in या Email address वर पाठवावा किंवा आमच्याशी दूरध्वनी क्रमांक फॅक्ससहित : ०२०-२४४८३९९५/२४४९५३१४ /२४४७१७२३ यावर संपर्क साधावा. आमच्या ब्लॉगला एकदा अवश्य भेट घ्या.
Blog: http://diliprajprakashan.blogspot.com

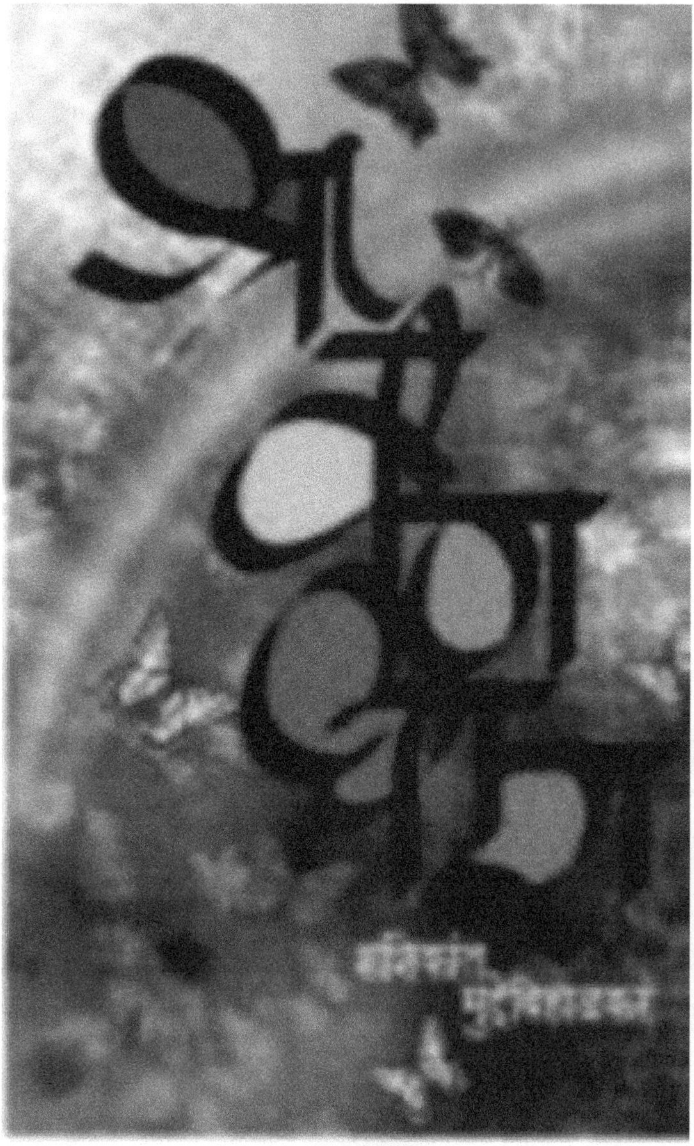

दिलीपराज प्रकाशन प्रा. लि.
२५१ क, शनिवार पेठ, पुणे - ४११०३०

प्रकाशक
राजीव दत्तात्रय बर्वे,
मॅनेजिंग डायरेक्टर,
दिलीपराज प्रकाशन प्रा. लि.,
२५१ क, शनिवार पेठ,
पुणे - ४११ ०३०

प्रथमावृत्ती : २३ मार्च २०१२ (चैत्र शुद्ध प्रतिपदा)

प्रकाशन क्रमांक : १९४९

ISBN : 978-81-7294-939-6

मुद्रक :
Repro India Ltd,
Mumbai.

टाईपसेटिंग
पितृछाया मुद्रणालय,
९०९, रविवार पेठ, पुणे - ४११ ००२

मुद्रितशोधन
मिलिंद बोरकर, पुणे

मुखपृष्ठ : सागर नेने

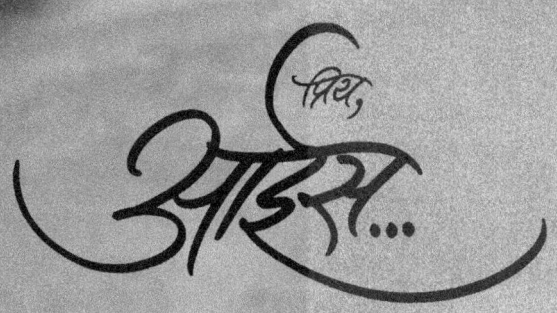

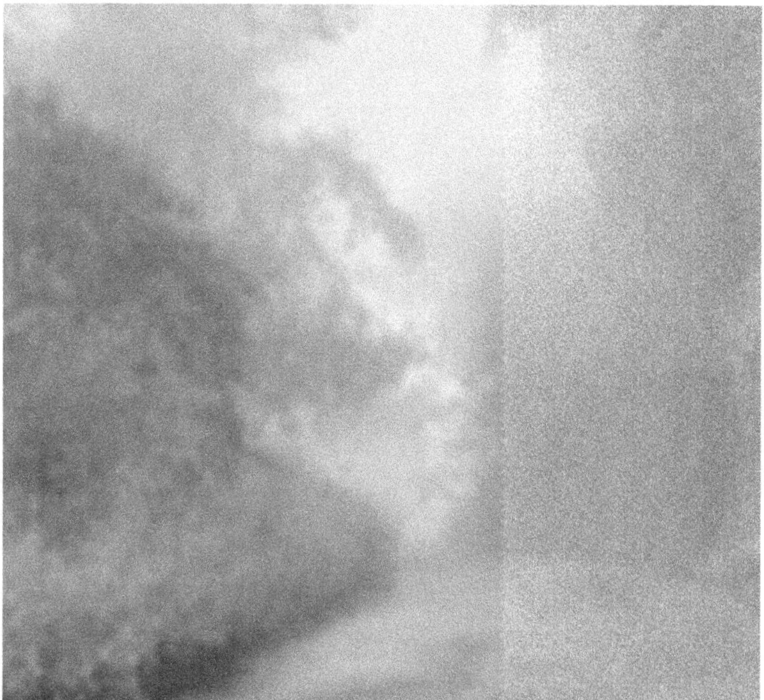

प्रिय,
आईस...

माझ्या हाताला धरून जिने मला श्री गणेशा गिरवायला
शिकविले त्या माझ्या आईच्या स्मृतीस...

सुख-दुःखाचा ऊन-पाऊस

शशिकांत मुद्देबिहाळकर यांचा 'श्रावणधारा' हा ललित लेखसंग्रह म्हणजे जीवनातील सुख-दु:खांचं मनोहारी दर्शन घडवणारा अनुभवऋतू आहे. यातील बहुतेक लेख हे लेखकाच्या प्रत्यक्ष अनुभवांवर आधारित असून त्यामुळेच ते 'जिवंत' झाले आहेत. मुद्देबिहाळकर यांनी सरकारी महसूल खात्यात दीर्घ काळ सेवा केली; पण आपल्या संवेदनांना त्यांनी बथ्थडपणा येऊ दिला नाही, हे मला विशेष वाटलं. बारा गावचं पाणी प्यायलेला आणि चार पावसाळे बघितलेला एखादा माणूस संध्याकाळी पारावर बसून आपल्या सख्ख्या-सोबत्यांना जिव्हाळ्यानं काही गोष्टी सहजपणे सांगत जातो, तसं या लेखनाचं स्वरूप आहे. आणि म्हणूनच की काय, आकाशवाणीच्या हजारो श्रोत्यांना त्या आवडल्या असाव्यात.

ललित्यपूर्ण शैलीत थोडक्यात गोष्ट रंगवून सांगणं, एखाद्या अनुभवाचा चटका लावणं अवघड असतं. त्यासाठी शब्दांवर हुकमत तर असावी लागतेच; पण त्याबरोबर चतुरस्रता, जीवनदृष्टीचा नेमकेपणा आणि संपादणी हे गुण आवश्यक असतात. 'श्रावणधारा'मधील लेख वाचताना मुद्देबिहाळकरांचं हे लोकभान सातत्यानं जाणवेल.

'मोठी माणसं' या ललितबंधात लेखकानं मानवी व्यवहाराचा दिखाऊपणा दाखवत असतानाच मनाची खरी श्रीमंती कशात असते, त्याबद्दलचं संस्कृतिसत्यही सांगितलं आहे. कुशल चित्रकाराप्रमाणे

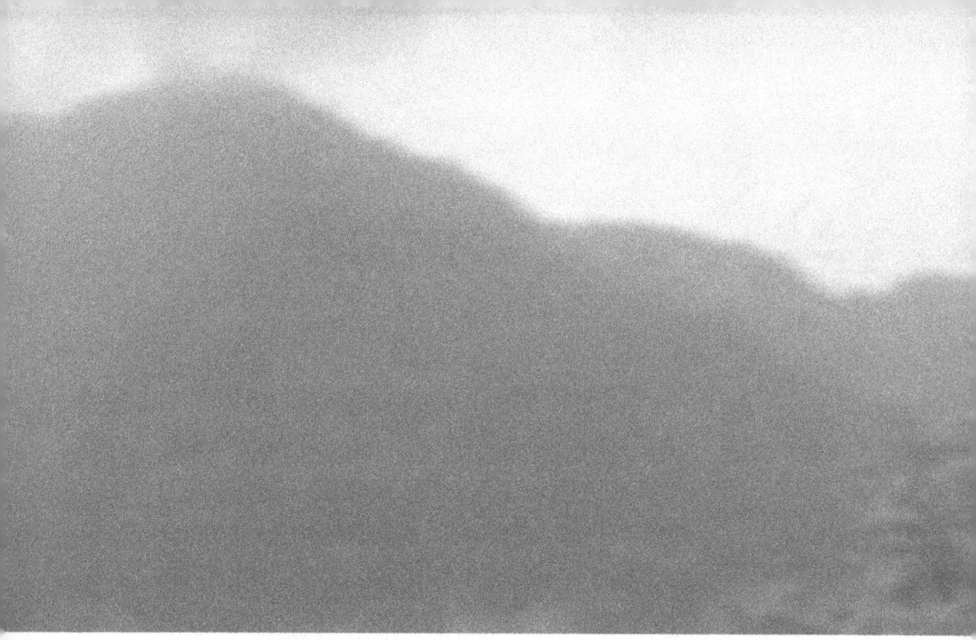

व्यक्तिचित्रण करण्यात लेखक वाकबगार आहेत. पेशव्यांच्या कुळातील आडनाव धारण करणाऱ्या एका माणसाच्या खोट्या बडेजावाच्या गोष्टी रंजक पद्धतीनं सांगताना, त्याच्या 'हरवलेल्या श्रीमंतीची वेदना' मुद्देबिहाळकर सहृदयतेने समजून घेतात. 'नोकरशाही पूर्णपणे कागदी घोड्यावर स्वार झालेली असते', हे अपरिहार्य प्रशासकीय वास्तव मांडत असतानाच १९९४ च्या महापुरात सापडलेल्या आपद्ग्रस्तांना सरकारी वाढीव मदत देण्यासाठी मंत्रालयात धाव घ्यावी लागल्याचा अनुभव कथन करतात. लहान मुलं, स्त्रिया, तरुण-तरुणी, वयोवृद्ध, गरीब-श्रीमंत, गावकरी-शहरी अशा सर्व स्तरांमधून त्यांची लेखणी सहज संचार करते. 'अगतिक', 'पूजा', 'कलावंताचं अमरत्व' असे अनेक लेख समाजस्थितीवर अंतर्मुख भाष्य करतात. 'श्रावणधारा' अशाच बरसत राहोत, या शुभेच्छा!

- महेश केळुसकर

मनोगत

आकाशवाणीच्या मुंबई केंद्रावरून दररोज सकाळी 'ऐसी अक्षरे रसिके' हा कार्यक्रम सादर होत असतो. पाच मिनिटे सादर होणाऱ्या या कार्यक्रमातून विविध विषय घेऊन लिहिणाऱ्या लेखकांच्या ललित लेखांचे प्रक्षेपण कधी लेखकाच्या स्वत:च्या आवाजातून, तर कधी स्वराभिनयाचं अंग असलेल्या आकाशवाणी कलाकारांकडून होत असतं. नित्यनियमाने हा कार्यक्रम ऐकणारा एक श्रोतृवर्ग आहे. सकाळच्या प्रसन्न वेळी कानांवर काही चांगलं पडावं— कधी स्वत:ला अंतर्मुख करणारं, कधी काही व्यक्तींच्या पैलूंचं दर्शन घडविणारं, कधी मनुष्यस्वभावाच्या विविधांगी छटा दाखविणारं; तर कधी कधी आयुष्याला दिशा दाखविणारंसुद्धा असं सकस, सुंदर लेखन या कार्यक्रमातून सादर होत असतं. या साहित्यिक स्वरूपाच्या कार्यक्रमाचे सादरकर्ते श्री. भूपेंद्र मेस्त्री होते, नीताताई गद्रे होत्या व आता डॉ. श्री. महेश केळुसकर हा कार्यक्रम सादर करीत असतात. या कार्यक्रमातून गेली तीन वर्षे लेखन करण्याचं भाग्य मला लाभावं, याचं श्रेय या आकाशवाणी केद्राचे केंद्र निदेशक तसेच हा कार्यक्रम सादर करणारे सर्वश्री भूपेंद्र मेस्त्री, नीताताई गद्रे व डॉ. श्री. महेश केळुसकर यांनाच आहे; तसेच या लेखांचं वाचन करणारे सुस्वर अभिनेते श्री. किशोर सोमण, श्रीराम केळकर, राजेंद्र पाटणकर, नेहा खरे, सुलभा सौमित्र यांनाही आहे. आकाशवाणीवरून माझं पहिलं लेखन सादर झालं. त्या वेळेस खरंच मला आकाश जणू ठेंगणं झालं होतं. हा अनुभव माझ्यासारख्या एका छोट्या लेखकासाठी खूप मोठा होता. या लेखांचे प्रक्षेपण झाल्यावर जे अनेक दूरध्वनी आले व श्रोत्यांनी आपल्या भावना भरभरून व्यक्त केल्या, त्या वेळचा झालेला आनंद मला शब्दांत व्यक्त करणं शक्य नाही. आकाशवाणी हे एक असं प्रबळ माध्यम आहे की, ते कलावंतांना श्रोत्यांच्या घराघरांत

घेऊन जातं. ते एक असं व्यासपीठ आहे, ज्यावरून कलावंतांना आपली कला सादर करण्याची संधी मिळते. अनेक मोठ्या साहित्यिकांची प्रतिभा आकाशवाणीनंच श्रोत्यांपर्यंत प्रथम पोहोचविली. अनेक मोठ्या कलाकारांच्या कलेला प्रथम आकाशवाणीच्या माध्यमातूनच प्रवेश प्राप्त झाला, हे वास्तव आहे. अशा आकाशवाणीशी आपलं एक छोटंसं पण जवळचं नातं जुळलं, हे माझ्या आयुष्यातील एक अनमोल संचित आहे, असं मला नेहमी वाटतं. म्हणूनच, गेल्या तीन वर्षांत 'ऐसी अक्षरे रसिके' या कार्यक्रमातून माझे जे लेख सादर झाले, त्यांचा एक संग्रह करावा व तो वाचकांच्या हाती पुस्तकरूपाने द्यावा, असं मला वाटलं. तोच या लेखांचा संग्रह 'श्रावणधारा' या पुस्तकरूपाने वाचकांच्या हाती देताना मला हरखून गेल्यासारखं वाटतंय. हसरा, नाचरा, जरासा लाजरा, सुंदर साजिरा श्रावण मला खरंच आवडतो. श्रावणातल्या या श्रावणधारांचा आनंद रसिक वाचकांना द्यावा, या मनोमन इच्छेतून 'श्रावणधारा' हे पुस्तक वाचकांच्या हाती देत आहे. या श्रावणधारेत त्यांनी चिंब भिजावं व त्यासाठी केलेल्या या छोट्याशा प्रयत्नांना आशीर्वाद द्यावेत, ही विनंती.

या पुस्तकाची पाठराखण— जी थोडेसेही आढेवेढे न घेता आपल्या कसदार लेखणीने डॉ. श्री. महेश केळुसकर यांनी लिहिली, त्याबद्दल त्यांचा मी अत्यंत ऋणी आहे. माझ्या लिखाणावर नितांत प्रेम करणारे पुण्याच्या दिलीपराज प्रकाशनचे मॅनेजिंग डायरेक्टर मा. श्री. राजीव बर्वे व त्यांचे सर्व सहकारी— विशेषत: श्रीमती ज्युली थॉमस यांचाही मी अत्यंत ऋणी आहे; किंबहुना या ऋणातच राहायला मला आवडेल. 'इंद्रधनुष्य' व 'महसूलनामा' नंतर 'श्रावणधारा' हे माझे तिसरे पुस्तक. ते वाचक रसिकांच्या पसंतीस उतरावे व आणखी काही लिहिण्यासाठी मला ऊर्जा मिळावी, यापेक्षा काही मागणे नाही.

- शशिकांत मुद्देबिहाळकर

अनुक्रमणिका

१	मोठी माणसं	१३
२	हरवलेल्या श्रीमंतीची वेदना	१६
३	कागदी घोडे	१९
४	संध्याकाळचं संचित	२२
५	काठीविना म्हातारपण!	२५
६	आई हवी म्हणोनी.....	२८
७	रंग रसिकतेचे	३१
८	मर्यादा— एक बंधन	३४
९	क्रोधाय तस्मै नम:	३७
१०	आनुवंशिक	४०
११	अगतिक	४४
१२	राजाभाऊ	४९
१३	एका झाडाची गोष्ट	५४
१४	लहानपणातील सणांचे मंतरलेले दिवस	५६
१५	पूजा	५९
१६	देवाचं दर्शन!	६२
१७	जाणीव	६४
१८	ती दोघे	६६

१९	संस्कारांचे देव	६८
२०	सुखाच्या शोधात	७०
२१	जे बोलायचं असतं, ते!	७२
२२	शुभ मांगल्य	७५
२३	शब्द	७८
२४	मन उधाण वाऱ्याचे	८१
२५	गोष्टींची गोष्ट	८४
२६	आनंदाचे डोही	८६
२७	वृद्धाश्रमातील पणजी	८८
२८	लहानपण!	९०
२९	भगताचा उतारा	९२
३०	आनंद— निसर्गाचंच एक दान	९५
३१	नास्तिकाचा देव	९८
३२	....पण बोलणार नाही	१०१
३३	आईची काशीयात्रा	१०४
३४	व्यथा	१०७
३५	होळी	११०
३६	आठवणी दाटतात...	११३
३७	कलावंताचं अमरत्व	११६

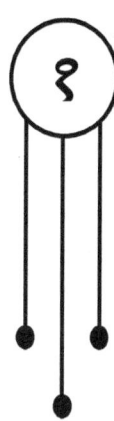

१

मोठी माणसं

'जया अंगी मोठेपण, तया यातना कठीण' हे सुभाषित सर्वार्थाने खरं आहे. मोठेपणाची उंची मोजण्याचे परिमाण अस्तित्वात नाही, हे जरी खरं असलं, तरी प्रत्येकाच्या मोठेपणाला एक उंची मात्र ठरलेली असते. त्या उंचीनुसार त्या व्यक्तीच्या मोठेपणाच्या यातना कमी-अधिक असाव्यात. कोण मोठा आणि कोण लहान, हे ठरविण्याची व्याख्याही केलेली नाही. कोणी नुसता वयानंच मोठा, कोणी अधिकारानं मोठा, कोणी श्रीमंतीनं मोठा, कोणी मनाच्या श्रीमंतीनं मोठा, कोणी दानशूरपणानं मोठा, कोणी ज्ञानी म्हणून मोठा, कोणी शहाणा म्हणून मोठा, कोणी अतिशहाणा म्हणूनही मोठाच. कोणी सामाजिक कार्यकर्ता म्हणून मोठा, तर कोणी दंडेलशाहीमुळे मोठा, कोणी गल्लीचा दादा म्हणूनही मोठाच. कोणतंही मोठेपण फुकाचं नसतं. अगदी वयापरत्वे आपोआप चालून आलेलं मोठेपणही फुकाचं नसतं.

मोठा मुलगा, भाऊ, बहीण, जावई, सून ही आपोआप चालून आलेली मोठेपणाची नाती असतात. ही नाती मान मिळविणारी आहेत. पण या नात्यांच्या भाळीही यातनाच लिहिलेल्या आहेत, असे दिसून येईल. मोठ्या मुलाला आपल्या वडिलांच्या परोक्ष सर्व कुटुंबाची जबाबदारी खांद्यावर घ्यावी लागते. मोठा भाऊ म्हणून धाकट्या भावंडांना आधार द्यावा लागतो. धाकट्या बहिणींसाठी मोठ्या असलेल्या ताईला आपल्या मनाला मुरड घालावी लागते. कधी कधी तिला कुटुंबाची आई व्हावं लागतं. मोठ्या सुनेला आईचा मान मिळतो, पण घरातल्या सर्वांसाठी कष्ट उपसावे

लागतात. काही काही मोठ्या जावयांनी आपल्या पत्नीच्या माहेरी आलेली संकटं जबाबदारीच्या भावनेतून स्वीकारून आनंदानं सहजरीत्या पेलली आहेत. म्हणून या नात्यांना मोठेपणाचा मान वर्षानुवर्षे, पिढ्यान्‌पिढ्या चिरकाल मिळणार आहे. यासाठीच बहिणाबाई किती सोप्या शब्दांत सांगतात— 'देवळाच्या कळसाला लोटा कधी म्हणू नये'; मोठेपणाला खोटेपणाचा स्पर्शही होऊ नये.

वयापरत्वे किंवा नात्याने आपोआप चालत आलेले मोठेपण सोडले, तरीही आपल्या समाजात मोठेपणा मिळविण्याचा हव्यास काही कमी नाही. मग अशा मोठेपणात खरंच यातना असतात का, असा मला प्रश्न पडतो. एखादी असामी खूप मोठी आहे, असं जेव्हा आपण म्हणतो; तेव्हा ती असामी नक्की कशी मोठी आहे, या संभ्रमात आपण पडतो. सर्वसाधारणपणे गलेलठ्ठ पैसा बाळगून असणारी एखादी व्यक्ती मोठी आहे, असं समजलं जातं. चांगल्या मार्गाने पैसा बाळगून असणारी व्यक्ती जशी मोठी; तशीच दंडेलशाहीने आणि भ्रष्ट मार्गाने गलेलठ्ठ पैसा करणारी व्यक्तीही मोठीच. गल्लीच्या गुंडांच्या म्होरक्यालाही आपण गल्लीचा दादाच म्हणतो, हेही एक मोठेपणच.

आमच्या गावातल्या एका सावकाराने स्वत:च्या मोठेपणाची दवंडी पिटवण्यासाठी गावातल्या शाळेला एक मोठा हॉल बांधून दिला. त्या हॉलच्या उद्‌घाटनाच्या कार्यक्रमात सगळ्यांनी त्याच्या मोठेपणाची प्रशंसा केली. हे मोठेपण मिळविण्यासाठी त्या सावकाराने किती शेतकऱ्यांच्या घरावर नांगर फिरविला, याची कोणालाही त्या वेळी आठवण झाली नाही. सगळ्यांनी त्या मोठ्या मनाच्या सावकाराच्या मोठेपणाचे गोडवे गायले. अशीही मोठी माणसं असतात.

स्वकर्तृत्वाने, सचोटीने, श्रमाने मोठी झालेली माणसेही समाजात आहेत. प्रसिद्धीच्या मागे न लागता ही माणसे समाजासाठी खूप काही करतात. गरिबांसाठी, अंध-अपंगांसाठी, वृद्धांसाठी त्यांनी अनेक संस्था चालविल्या आहेत. त्यांची आर्थिक जबाबदारी ते आपल्या शिरावर समर्थपणे घेतात... ही खरी मोठी माणसं! या मोठेपणासाठीही त्यांनी यातना भोगल्या आहेत. हे मोठेपण समाजासाठी स्वीकारल्याने त्यासाठीच्या यातना भोगण्यासाठीच त्यांचं आयुष्य व्यतीत होतंय.

काही निर्धन व्यक्ती मनानं श्रीमंत असतात. त्यांच्याकडे देण्यासारखं काही नसलं, तरी सेवाभावी वृत्तीनं समाजातील दु:खितांचे दु:ख दूर करण्याचे प्रयास त्यांच्याकडून शांतपणे होत असतात. समाजातील वाईट प्रथा, अंधश्रद्धा दूर करण्यासाठी त्यांनी आयुष्य झोकून दिलेलं असतं. ही चेहरा नसलेली मोठी माणसं आकाशाची उंची गाठणारी. येथे 'चेहरा नसलेली' याचा 'प्रसिद्धीच्या मागे

न धावणारी' असा अर्थ मला अभिप्रेत आहे.

एकूण काय, वयापरत्वे चालून आलेले मोठेपण जबाबदारीने सांभाळणारीही मोठी माणसं, मोठेपणाचा हव्यास असणारी व त्यासाठी भ्रष्ट मार्गाने श्रीमंत होऊन दानशूरपणाचा आव आणणारीही मोठी माणसं, गल्लीत दहशतीच्या जोरावर दादा म्हणवून घेणारीही मोठी माणसं... स्वकर्तृत्वाने, सचोटीने, श्रमाने मोठी होऊन समाजाचे ऋण फेडणारीही मोठी माणसं... समाजातील दुःखितांचे दुःख दूर करण्याचे शांतपणे प्रयास करणारी कफल्लक पण तरीही मनाने श्रीमंत असणारीही मोठी माणसंच.

मोठ्यांच्या या जगात ज्यांच्यापुढे शिर झुकवून, ज्यांचा पदस्पर्श करण्याचा मोह टाळता येणार नाही; त्या खऱ्या मोठ्या माणसाच्या शोधात आपण असायला हवं, इतकंच.

म्हणजे, देवळाच्या कळसाला लोटा म्हणावं लागणार नाही.

- ० -

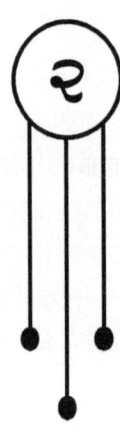

२

हरवलेल्या श्रीमंतीची वेदना

अटकेपार झेंडे फडकाविणाऱ्या श्रीमंत पेशव्यांच्या कुळाचा वारसा सांगणारे व त्याच कुळातील एक आडनाव धारण करणारे माझ्या ओळखीचे एक गृहस्थ आहेत. वयाची साठी ओलांडलेले; तरी तरतरीत चेहऱ्याचे, कोकणस्थी गोऱ्या रंगाचे, धारदार नाकाचे, शिडशिडीत अंगकाठीचे, घाऱ्या डोळ्यांतून आपल्यावर करडा दृष्टिक्षेप टाकणारे आणि बेताच्या उंचीचे हे गृहस्थ मी ज्या कंपनीत काम करतो; त्या कंपनीच्या कामाच्या निमित्ताने कधी तरी ओळखीचे झाले. त्यांना प्रथम पाहिले, तेव्हा मी खरंच त्याच्या बोलण्यातील आत्मविश्वासाने आश्चर्यचकित झालो होतो.

कंपनीच्या विस्तारीकरण प्रकल्पासाठी काही जागांच्या शोधात आम्ही असताना हे गृहस्थ एक दिवस पाठीवर स्कूलबॅगसारखी दिसणारी एक बॅग अडकवून आमच्या कंपनीच्या ऑफिसमध्ये दाखल झाले. पांढऱ्या रंगाच्या पातळ कपड्याचा सैलसर सदरा व किरमिजी रंगाची खादीसारखी दिसणारी पँट व पायांत पुणेरी चप्पल— असा पोषाख केलेल्या या गृहस्थांनी स्वत:ची ओळख सांगून माझ्यासमोरच्या खुर्चीत बसकण मारली आणि पाठीवरची पोतडी मला न विचारताच टेबलावर उघडी करून पोतडीच्या तोंडातून कागदाचे एक-एक गुंडाळे, नकाशे काढून जागांची माहिती देऊ लागले. हा प्लॉट अमुक कंपनीचा, विकायला काढलाय, अमुक स्क्वेअर फुटांचा, अमुक एका किमतीत मिळेल, हा दर जरा जास्त आहे... पण प्लॉट एकदम बेस्ट, पूर्वाभिमुख असल्यामुळे तुमची भरभराट नक्की! दक्षिणाभिमुख प्लॉट्स जरा स्वस्त आहेत,

कारण त्यांना मागणी नाही. पण प्लॉट्स एकदम बेस्ट. एकदम स्वस्तात घ्यायचा आणि दक्षिणेकडे तोंड करून मारुतीचे मंदिर आधी बांधायचं आणि काम सुरू करायचं— काही प्रॉब्लेम येणार नाही! वगैरे वगैरे. सगळं तेच बोलत होते.

माझ्या हे लक्षात येईना की, पूर्वाभिमुख प्लॉट असणारी कंपनी कर्जबाजारी का झाली; आणि दक्षिणाभिमुख मारुतीचं मंदिर बांधून त्या प्लॉटमध्ये काही प्रॉब्लेम येणार नाही, हे कसं? पण मी प्रतिप्रश्न केले नाहीत. मी त्यांना सांगितलं की, हे प्रस्ताव मी हेड ऑफिसला मुंबईला पाठवितो. तसं सांगून माझी सुटका होईलसं वाटलं होतं; पण तशी सुटका करण्याची त्या गृहस्थांची इच्छा नव्हती. साहेब, तुमच्या कंपनीचं ऑफिस मुंबईला कुठे आहे? —त्यांचा प्रश्न! मी म्हटलं, चर्नी रोडला! गिरगावला आमचे तीन-तीन हजार स्क्वेअर फुटांचे २ फ्लॅट्स आहेत आणि विरारला वीस एकरांचा एक प्लॉट आहे. कंपनीला इंटरेस्ट असेल तर मला फोन करा... ते गृहस्थ. फोन-नंबरसाठी त्यांनी त्यांचं कार्ड दिलं. मी त्यांच्यासाठी चहा मागविण्यासाठी कॅन्टीनला फोन केला, तेव्हा ते म्हणाले, साहेब, चहाची काही ही वेळ नाही, तेव्हा मी आता जेवूनच जाईन; माझं जेवणाचं बिल तेवढं पेड करायला सांगा! मी त्या गृहस्थाकडे बघतच राहिलो. त्यांची ही मागणी मान्य करून मी माझी 'हुश्श!' म्हणून सुटका करून घेतली.

परत एक दिवस सकाळी पुण्याला जायला निघालो होतो. लवकर पोहोचायचं, म्हणून घरातून घाईत बाहेर पडलो. शहरातून गाडी पुणे रस्त्याकडे वळविणार तेवढ्यात समोर कॉर्नरला तेच गृहस्थ पाठीवर स्कूलबॅगसारखी दिसणारी नेहमीची बॅग अडकवून बसची प्रतीक्षा करीत उभे असल्याचे दिसले. त्यांच्या चाणाक्ष नजरेतून सुटका न झाल्याने त्यांनी गाडी थांबविण्यासाठी हात केल्यावर मी हिप्नॉटिझम् झाल्यासारखी गाडी क्षणात थांबिवली. पुण्याला निघालात? —त्यांचा प्रश्न. होय. येताय का? —कळत असूनही माझा नकळत विचारलेला प्रश्न! गाडीचा दरवाजा मी उघडला व ते गृहस्थ गाडीत येऊन बसले. पोषाख तोच, आवेशही तोच. पुण्याला सहजच ना? — त्यांचा प्रश्न. नाही, थोडं काम आहे! — माझं उत्तर. तुम्ही पुण्याचे? —त्यांचा प्रश्न. होय— मी. मीही पुण्याचाच! —ते. पुण्याला आमची भरपूर प्रॉपर्टी आहे— ते. हो का. —मी. शनवारात आमचा मोठा वाडा आहे— ते! म्हणजे शनवारवाडा नाही हं! तोही आमच्या पूर्वजांचाच. —पुन्हा तेच! कोथरूडला पूर्वी आमची पेरूची बाग होती, तिथे आता आम्ही नवीन एक अपार्टमेंट बांधलंय! थ्री बीएचकेचे दोन लक्झरियस फ्लॅटस् शिल्लक आहेत. पुण्याचे दर मात्र काही विचारू नका. दोन फ्लॅटस्‌चे

आता कोटीत मोजावे लागतील... ते गृहस्थ! शनवारातला वाडा डेव्हलप करण्यासाठी डेव्हलपर्स मागताहेत हो; पण अजून दरामध्ये जमत नाहीय... घोडं तिथं अडलंय! लाखाचे दिवस आता राहिलेत का? दोन कोटी तरी पाहिजेत, नाही तर राहू दे! —त्यांचीच सरबती चालू! मी फक्त ऐकण्याची भूमिका करत होतो. कोकणात किंवा गोव्यात तुम्हाला इंटरेस्ट आहे का? —त्यांचा मला प्रश्न. मी म्हटलं, नाही. तुमच्या कंपनीला असेल तर बघा. अलिबागला सी बीचवर हॉटेलला योग्य असा एक वीस गुंठ्यांचा एनए प्लॉट आहे. गोव्याला पणजीला एक घर आहे. गोव्याला रेट तसे बरे आहेत. काही लाखांत काम होऊन जाईल! मी फक्त नाइलाजाने कान उघडे ठेवले होते. त्यांच्या प्रॉपर्टींच्या याद्या ऐकत-ऐकत तीन तास केव्हा संपले, माझ्या लक्षातही आलं नाही.

पुण्याच्या चांदणी चौकात आल्यावर मी त्यांना कुठे उतरायचं आहे, असं विचारलं. त्यावर त्यांनी तुम्ही कुठे जाणार, असा प्रतिप्रश्न केला. मला पौड रस्त्यावरच्या कोथरूड येथील आनंदनगरमध्ये जायचंय, असं सांगितलं आणि तुम्ही तेथे उतरा, अशीही पुस्ती जोडली. हो साहेब, मी तिथे उतरतो. मला शनवारात मुलाकडे जायचंय. तो घरी असेल की नाही, सांगता येणार नाही. तो पीएमटीत असतो. सूनही कामावर गेली असणार. जेवणाची पंचाईत होणार बहुधा. आता शनवारात रिक्षानं जायचं तरी साठ-सत्तर लागणार आणि हॉटेलात जेवायचं म्हणजे शंभरएक तरी लागणारच! असं करा साहेब, एक दोनशे रुपये देऊन ठेवा. त्यात भागवतो कसं तरी. नंतर आपली भेट झाली की परत करेन— ते गृहस्थ. कोट्यवधीच्या प्रॉपर्टींच्या गप्पा ऐकवणाऱ्या या तथाकथित कोट्याधीशावर ही याचना करण्याची वेळ का आली असावी; ते मला उमगेना. या याचनेतही कुठे संकोच नव्हता, निलाजरेपणाचा जराही लवलेश नव्हता. मला त्यांचं आश्चर्य वाटलं आणि त्यांची दयाही आली. आपली सद्य:स्थितीतील गरिबीची खरी वेदना लपविण्यासाठी आपल्या पूर्वीच्या ऐश्वर्याच्या मोठ्या गप्पा व आपण अजूनही तसेच आहोत, असा आभास निर्माण करून पूर्वीच्या विश्वात रममाण होऊन आनंदानं जगणारी माणसं आहेत या जगात! त्यांना नाउमेद करून त्यांचा जगण्याचा आनंद आपण कशाला हिरावून घ्यायचा, असं मला क्षणभर वाटलं. क्षणभर मी हेलावलो आणि त्यांच्या हातात शंभराच्या दोन नोटा ठेवल्या. आनंदनगर आल्यावर उतरून त्यांनी त्यांचा गोरापान हात माझ्या हातात दिला व निरोप घेतला— परत नक्की भेटण्याची कबुली देऊन!

- ० -

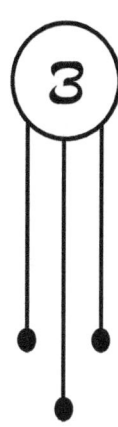

३

कागदी घोडे

तुम्ही जिवंत आहात का? असल्यास सिद्ध करा, असे जर तुम्हाला कोणी सांगितले, तर तुम्हाला काय वाटेल? नेमके तेच आमच्या विसुभाऊंना शिक्षण खात्याने विचारले आणि त्याचा संताप अनावर झाला. त्याच संतापाच्या भरात ते चक्क दुपारच्या रणरणत्या उन्हात माझ्या घरी आले. उन्हाचा ताप आणि त्यांचा संताप यामुळे त्यांची मुद्रा मला काहीशी भयावह वाटली. 'या विसुभाऊ', असे म्हणून मी त्यांचे स्वागत केले खरे; पण त्याकडे त्यांनी पूर्णपणे दुर्लक्ष करून तणतणत एक सरकारी लिफाफा माझ्या हातात दिला व "हा बघा तुमच्या सरकारचा प्रताप!" असे म्हणून त्याच तिरमिरीत ते खुर्चीत आसनस्थ झाले.

मी बरीच वर्षे सरकारी खात्यात काढल्यामुळे ते सरकारवरचा सगळा राग माझ्यावर काढतात. विसुभाऊंना चहा देऊन शांत करणं भाग होतं, म्हणून मी पत्नीला चहा करण्यास सांगितलं आणि शांतपणे लिफाफा उघडला. विसुभाऊंना आलेलं ते एक शिक्षण खात्याचं सरकारी पत्र होतं. त्या पत्रातून विसुभाऊंना शिक्षण खात्यानं ते हयात असल्याबद्दलचा दाखला पाठविण्यास कळविलं होतं. नाही तर निवृत्तिवेतन बंद करण्यात येईल, असा इशाराही दिला होता. खरं म्हणजे, हे एक फॉर्मल पत्र होतं. दहा वर्षे निवृत्तिवेतन घेत असलेल्या विसुभाऊंना ते हयात असल्याबद्दल दाखला पाठविण्यास कळविलं, तर काही बिघडण्यासारखं नव्हतं. सरकारी कामात ते आवश्यकही असतं. माझ्या मनातले हे विचार चेहऱ्यावर न आणता मी विसुभाऊंना म्हटलं, "तहसीलदारांकडे

अर्ज करून दाखला घ्या आणि पाठवून द्या.''

''एवढं सोपं असतं, तर तुमच्याकडे कशाला आलो असतो?'' विसुभाऊंचा राग अजूनही शांत झाला नव्हता. गरम चहा प्यायल्यामुळे आलेला घाम रुमालाने पुशीत ते म्हणाले, ''गेलो होतो कचेरीत अर्ज घेऊन,स्वत: गेलो होतो. समक्ष उभा राहून विनंती केली. म्हटलं, मी जिवंत असल्याबाबतचा दाखला पाहिजे आहे; माझ्या पेन्शनचा प्रश्न आहे. दाखला पाठविला नाही तर ती बंद होईल! तर कचेरीतला कारकून म्हणतो, अर्ज तलाठ्याकडे चौकशीला पाठवावा लागेल. त्यांचेकडून अहवाल आला की दाखला मिळेल. आता मी समक्ष जिवंत उभा राहून सांगत असताना माझ्या जिवंतपणाची आणखी कसली चौकशी करायची?''

विसुभाऊ फारच चिडले होते. एक तर सत्तरीचं वय, दहा-बारा वर्षांपूर्वी शिक्षकी पेशातून निवृत्त झालेले. अपुऱ्या पेन्शनमध्ये भागत नाही म्हणून दोन-तीन घरी जाऊन मुलांना शिकवावं लागत होतं. त्यांचा राग काही गैर नव्हता. मला त्यांची दया आली. त्यांना मी म्हटलं, ''विसुभाऊ, चला आपण कचेरीत जाऊ.'' त्यांना बरं वाटल्याचं त्यांच्या चेहऱ्यावर मला दिसलं.

विसुभाऊंबरोबर कचेरीकडे जाता-जाता मी त्यांना समजावलं. कचेरीतल्या कामाची पद्धत सांगितली. आपण समक्ष कचेरीत उभं राहून, जिवंत असल्याचं सांगून दाखला मिळत नाही. तुमची ओळख, तुमचं जिवंतपण, हे कागदावर यावं लागतं. त्यासाठी चौकशी करणारे कर्मचारी/ अधिकारी चौकशीचा मजकूर कागदावर आणतात. पंचनाम्यावर साक्ष नोंदली जाते. अधिकारी तुमच्या चेहऱ्याकडे पाहून दाखला देत नाही, तर तो कागदपत्रं बघून दाखला देतो.

कचेरीतले सर्व सोपस्कार यथासांग पार पडले. विसुभाऊंना ते जिवंत असल्याचा दाखलाही मिळाला. पण माझ्या मनात आलं— यालाच कागदी घोडे नाचविणं, असं तर म्हणत नाहीत? कदाचित म्हणत असतीलही. खरं म्हणजे, ही अपरिहार्यता आहे, असं मला वाटतं. नोकरशाही ही पूर्णपणे कागदी घोड्यावर स्वार झालेली असते, असं म्हटलं तर वावगं ठरू नये. नुसते कागदी घोडे नाचविले जातात; प्रत्यक्षात काहीही होत नाही, हे म्हणणं किती सोपं असतं! प्रत्यक्षात मात्र कामे होण्यासाठीच कागदी घोडे नाचवावे लागतात, हे कळत असून वळत मात्र नाही. प्रशासनात कागदी घोडे नाचविल्याशिवाय टेबलावरचं एक पानही हलत नाही, हे नाकारता येणार नाही.

मला १९९४ चा महापूर आठवतो. मी त्या वेळेस प्रशासकीय सेवेत होतो. पूरग्रस्तांना रोख रकमेच्या मदतीचं वाटप आम्ही करीत होतो. शासनाने

ठरविलेल्या प्रति माणशी रु. ६००/- या दराने वाटप करण्यात येत होते. शासनाने पूरग्रस्तांची दयनीय परिस्थिती पाहून वाटप रकमेचा दर रु. ६००/- वरून रु. १०००/- असा वाढविला. ही बातमी वाऱ्यासारखी रेडिओ, टी. व्ही., वर्तमानपत्र यांमधून लोकांपर्यंत येऊन पोहोचली. दरम्यानच्या काळात आमचे रक्कम वाटपाचे काम जुन्या दरानेच सुरू होते. लोक नव्या दराने रक्कम वाटप करण्याचा आग्रह धरू लागले. आमच्या हातात नवे आदेशही नव्हते व जादा रक्कमही नव्हती. आम्ही लोकांची समजूत घालू लागलो. प्रसंगी तणावाची परिस्थिती निर्माण झाली. लोकांचे म्हणणे योग्य होते, परंतु आमच्या हातात कागदी आदेश नव्हते; ज्यांच्या अभावी कोषागारातून रक्कम काढणे शक्य नव्हते. त्या वेळी फॅक्स व मेल या सोई उपलब्ध नव्हत्या आणि फॅक्स किंवा मेलने आलेले आदेश कागदावरचे नसल्याने कोषागार विभाग किंवा बँका मान्य करणे शक्य नव्हते. अशा परिस्थितीत मुंबईला जाऊन मंत्रालयातून जी.आर. नावाचा कागदी घोडा ताब्यात घेतला, तेव्हा लोकांना मदतवाटप पूर्ण करता येणे शक्य झाले.

कागदी घोड्यांवरच्या सर्वच योजना साकार होत नसतीलही; पण ज्या साकार होतात, त्या प्रथम कागदी घोड्यांवरच आकार घेतात, हे विसरता येणार नाही— विसुभाऊंना आलेला राग किंवा लोकांचा राग कितीही अनावर झाला तरी.

- ० -

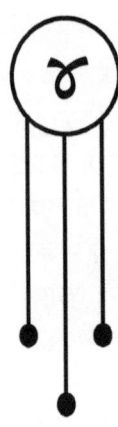

४

संध्याकाळचं संचित

वयाची साठ वर्षे पूर्ण झाली की, 'साठीची शांत' करण्याची पद्धत रूढ आहे. अशाच एका साठीच्या शांतीच्या सोहळ्यासाठी जाण्याचा योग आला. हॉल माणसांनी गच्च भरला होता. सकाळपासूनच धार्मिक विधी, मंत्रघोष, होम-हवन चालू होते. ज्याची शांत करण्यात येत होती व ज्यानं वयाची साठ वर्षे पूर्ण केली होती, तो माझा आतेभाऊ. त्याच्या मुला-मुलींनी हा सोहळा आयोजित केला होता. त्याची सर्व मुले-मुली, जावई, नातवंडं व आम्ही आते, चुलत, मामे भावंडं, बहिणी, त्यांची मुलं-मुली आणि इतर सर्व नातलग, परिवार, मित्रमंडळी अशी सगळी जणं या निमित्तानं एकत्र जमलो होतो. एक छोटंसं गेट-टुगेदरच होतं म्हणा ना! लग्न, मुंजी, वास्तुशांत, वाढदिवस, डोहाळे जेवण, साठीच्या शांती, पंचाहत्तरी वगैरे अनेक शुभ प्रसंगी माणसे एकत्र येतात ती खरं म्हणजे परस्परांच्या ओढीनं, परस्परांना भेटण्यासाठी. एरवी पोटासाठीच्या व्यवसायात माणसं व्यग्र असतात. एकमेकांकडे बघायला वेळ नसतो. पायाला भिंगरी लागलेली असते. उगवलेली सकाळ केव्हा मावळते, तेही लक्षात येत नाही. रोजच्या या धकाधकीत काही तरी निमित्तानं एकत्रं येण्यानं मनावरचं मळभ दूर होतं, परस्परांमधलं अंतर कमी होतं, पुन्हा भेटण्याची ऊर्मी मिळते; हे मात्र खरं. म्हणूनच आपण हे सोहळे सजवितो, घडवून आणतो. हे सोहळे खूप काही देऊन जातात. काही वेळा आपल्याला अंतर्मुख करतात. मोठ्यांकडून लहानांना काही शिकायला मिळतं. लहानांच्या कर्तबगारीनं मोठ्यांचे डोळे दिपून जातात,

मोठे लहानांचं कौतुक करतात. लहानांनी मोठ्यांचे आशीर्वाद घ्यायचे असतात. एका पिढीची दुसऱ्या पिढीला ओळख होते. परस्परांबद्दल असलेले गैरसमज दूर होतात. असलेच, तर हेवेदावेही कमी होतात. एकत्र येण्याचं हे फलित असतं.

विचारपूस, हास्यविनोद, गप्पाटप्पांच्या ओघात साठीच्या शांतीचा धार्मिक विधी केव्हा संपला, ते कळलंच नाही. जेवणाच्या पंगती बसण्यापूर्वी माझ्या आतेभावाच्या मुला-मुलींनी, सुना-जावयांनी व नातवंडांनी आग्रह धरला की, आतेभावानं त्याचं मनोगत व्यक्त करावं. या निमित्तानं काही कथन करावं, एखादा संदेश द्यावा, काही तरी सांगावं. कल्पना खूपच छान होती व ती त्यानं मान्य करून सपत्नीक तो आम्हा सर्वांसमोर आला. दोघंही एका कोचावर बसले. दोघांच्याही डोळ्यांत अश्रू होते. अश्रूंना आवर घालून तो बोलू लागला. त्यानं सर्वांविषयीची कृतज्ञता व्यक्त केली. गरिबीचे चटके, प्रतिकूल परिस्थिती, कष्टमय आयुष्य वगैरे अनेक गोष्टी त्यानं अनुभवल्या होत्या; पण त्याविषयी तो काहीही बोलला नाही. परिस्थितीवर मात करून तो मोठा कसा झाला, तेही त्यानं सांगितलं नाही किंवा त्याविषयीची किंचितही 'ग'ची भावना त्याच्यामध्ये नव्हती. त्यानं जे सांगितलं, ते खूप निराळं व आजच्या पिढीनं विचार करण्यासारखं होतं. त्याच्या स्वर्गवासी आईनं दिलेली शिकवणुकीची ती शिदोरी तो आजवर जपत होता. तो बोलू लागला...

त्यानं सांगितलं— घरातल्या कोणत्याही कामाची त्यानं कधीही लाज बाळगली नाही. स्वतःच्या कामासाठी त्यानं कधी कुणाला हुकूम तर सोडले नाहीतच; किंबहुना घरात आईच्या कामात भांडी विसळण्यापासून त्यानं मदत केली. आजही या वयात अशी कामे करण्याची त्याची तयारी असते. आजवर स्वतःचे कपडे त्यानं कोणाला धुवायला दिले नाहीत. चैन कशी करतात, ते त्याला अजूनही ठाऊक नाही. उंची कपड्यांचे षोक त्यानं कधी केले नाहीत. मोजके व स्वच्छ कपडे एवढीच खरी गरज असते, असं तो म्हणाला. अत्तराचे फवारे त्याला अजून ठाऊक नाहीत. सोन्याची अंगठी त्यानं कधी स्वतःच्या बोटात घातली नाही. अलीकडे कधी हॉटेलात जाण्याचा नाइलाजाने प्रसंग आला, तरी अजूनही पदार्थांची ऑर्डर देणं त्याला नीटसं जमत नाही. कोणतंही वाईट व्यसन त्यानं स्वतःला लावून घेतलं नाही. नम्रता त्यानं कधी सोडली नाही. दुसऱ्याला वाईट वाटेल, असं बोलण्याचा धीर त्याला आजही होत नाही. सरळमार्गी आयुष्य जगण्यावर त्याचा विश्वास आहे. समाधानाचा अमूल्य ठेवा आपण जपायला हवा, असं तो म्हणतो. आजच्या तरुण पिढीने चंगळवादी असू

नये व मृगजळाच्या मागे न धावता वास्तव स्वीकारावं, असं तो म्हणाला.

सगळीकडे काही क्षण शांतता होती. त्याचं ओघवतं बोलणं सर्व जण ऐकत होते. त्याच्या आयुष्याच्या संध्याकाळी त्याच्या जगण्याची एक पद्धत त्यानं त्याच्या कुटुंबातल्या अलीकडच्या पिढीसमोर ठेवली होती. नव्या पिढीला आजच्या गतिमान आयुष्यात ती कितपत रुचेल, ते ठाऊक नाही; पण ज्याच्या आयुष्यवृद्धीसाठी आजचा सोहळा आयोजित केला होता, त्याचं आयुष्य व त्याचं जगणं अजून खूप वर्षे जवळून अनुभवता यावं, ते पाहता यावं व त्यापासून काही घेता आलं तर नक्कीच घ्यावं; ही इच्छा त्याच्या सर्व आप्तेष्टांची व त्याच्या आजच्या पिढीची असणार, याबाबत तिळमात्र शंका माझ्या मनाला शिवली नाही.

सोहळ्याची यथासांग सांगता झाल्यावर मी घरी आलो, तरी माझ्या आतेभावाचं मनोगत माझ्या मनातून जाईना. कुटुंबातील ज्येष्ठ व्यक्तींनी त्याच्या कुटुंबातील आजच्या पिढीचं प्रबोधन करण्याची खरंच नितांत गरज आहे आणि त्यासाठी तरी ज्येष्ठ व्यक्तींच्या आयुष्यवर्धनाचे मंगल सोहळे कुटुंबात संपन्न व्हावेत... नव्हे, तर खरंच आजची ती एक गरज आहे.

- ० -

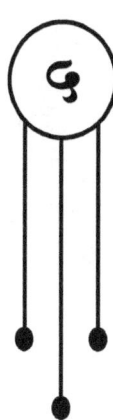

६

काठीविना म्हातारपण!

'ढळला रे ढळला दिन सखया! संध्याछाया भिवविती हृदया!' असं ज्येष्ठ कवी भा. रा. तांबे त्यांच्या कवितेत म्हणून जातात. आयुष्याच्या संध्याकाळच्या सावल्यांची माणसाला भीती वाटते. आयुष्याची संध्याकाळ म्हणजे म्हातारपण. त्या म्हातारपणाचं भय वाटणं स्वाभाविक आहे; कारण म्हातारपण हे गलितगात्र असतं, परावलंबी असतं, निराधार असतं— अशी एक पक्की समजूत माणसानं मनाशी करून घेतलेली असते. एकत्र कुटुंबपद्धतीचा ऱ्हास झाल्यावर माणसाचं हे भय जास्त वाढलं. एकत्र कुटुंबपद्धतीत रक्ताच्या नात्यातील अनेक माणसं एकत्र राहत. समवयस्कांचेही गट सुखात एकत्र नांदत असत. कुटुंबात तीन-चार म्हातारी मंडळीही परस्परांची आधार असत. वडिलकीच्या नात्यानं त्यांच्या शब्दालाही कुटुंबातील तरुणमंडळी मान देत, त्यामुळे ती सुखावून जात. त्यामुळे जरा दुखलं-खुपलं तरी कुटुंबातील तरुणांचा वृद्धांना काठीसारखा आधार असे.

हे सगळं आता बदललं आणि माणसाच्या म्हातारपणाच्या भयानं पुन्हा उचल खाल्ली. सध्याच्या विभक्त कुटुंबात नवरा, बायको, एक मुलगा किंवा एक मुलगी— असं त्रिकोणी कुटुंब असतं. मुलगा किंवा मुलगी असो— तिला खूप शिकवायचं, हवं ते करिअर करू द्यायचं, त्यासाठी हवं तर पाण्यासारखा पैसाही खर्च करायचा. कारण म्हातारपणाची ती एक आधाराची काठी म्हणून त्याकडे आई-वडील पाहत असतात. अर्थात मुलगी असेल तर तिच्याकडे आधाराची काठी म्हणून बघणं शक्य नसतं. कारण

शिक्षण पूर्ण झाल्यावर तिचं एखादा चांगल्या कुटुंबात लग्न करून देऊन आई-वडील मोकळे होतात. बऱ्याच अंशी मुलींना आई-वडिलांच्या परिस्थितीची जाणीव असते; परंतु मनात असूनही त्या एकदा सासरी गेल्यावर आई-वडिलांना आधार ठरतीलच, असे सांगता येणार नाही. आई-वडील तशी अपेक्षाही ठेवत नाहीत. तिच्या सुखी नांदण्यातच त्यांचं सुख दडलेलं असतं. अगदी अपवादात्मक परिस्थितीत एखादी मुलगी तिचा संसार सांभाळूनही तिच्या आई-वडिलांसाठी आधाराची काठी होऊ शकते. एकच मुलगा असेल, तर मात्र त्याच्याकडे आधाराची काठी म्हणून आई-वडिलांनी बघणं स्वाभाविक आहे. त्याचं शिक्षण, त्याचं करिअर व त्याला चांगली नोकरी मिळावी किंवा त्याचा व्यवसायात जम बसावा यासाठी आई-वडील कष्ट करतात, काटकसर करण्यासाठी स्वत:ची हौस-मौज विसरतात व मुलाला खंबीरपणे स्वत:च्या पायावर उभा करतात. त्याला असं उभं करण्यासाठी आई-वडील स्वत: त्या मुलाची शिडी होतात. या शिडीचा उपयोग करून मुलानं मोठं व्हावं व आपल्यासाठी आधाराची काठी बनून त्या आधारानं आयुष्याची संध्याकाळ सुखी करावी, ही अपेक्षा असणं स्वाभाविक असतं. पण आई-वडिलांची आयुष्याची संध्याकाळ सुखी होण्यासाठी फार कमी मुलं त्यांच्या आधाराची काठी होताना दिसतात, हे वास्तव आहे. त्याला अनेक कारणं आहेत. एक तर नोकरी किंवा व्यवसायासाठी मुलं परराज्यात किंवा परदेशात जातात. दरम्यानच्या काळात त्यांचे विवाह झालेले असतात. आई-वडिलांची निवृत्ती झालेली असते व ती कुठे तरी एखाद्या छोट्या-मोठ्या गावात स्थिरावलेली असतात. घरात आलेली सून अर्थातच मुलाबरोबर त्याच्या नोकरी-व्यवसायाच्या ठिकाणी जाते व घरात निवृत्त, वयस्कर आई-वडील ही दोघंच राहतात. आधाराची काठी दूर असते. अशा विमनस्क अवस्थेत आई-वडिलांची संध्याकाळ हळूहळू नैराश्याच्या रात्रीकडे वाटचाल करू लागते. हे सर्वसाधारणपणे असंच घडतं.

हे असंच घडणार आहे, हे गृहीत धरून आधीपासूनच काही गोष्टी योजता येतील. एक तर हेच घडणार आहे असं समजून त्याचं दु:ख वाटून घ्यायचं नाही, ही पक्की खूणगाठ मनाशी बांधावी लागेल. त्यामुळे मन आनंदित राहील. मुलाच्या शिक्षणासाठी पैसे खर्च करताना, आपल्या वार्धक्यासाठी लागणाऱ्या पैशांचीही तरतूद त्याबरोबरच करायची आहे याची जाणीव ठेवून व त्या तरतुदीची मुलाला स्पष्टपणे कल्पना देऊन खर्च करणे आवश्यक आहे. भावनेच्या आहारी जाऊन कर्ज काढून पैसे खर्च करणे गैर ठरू शकते. कारण आधाराची काठी हा

केवळ पैसाच असतो, हे सत्य नाकारता येणार नाही. आपल्या आयुष्याच्या शेवट-पर्यंत पुरेल इतका धनसंचय असणे अनिवार्य आहे. कारण त्यामुळे परावलंबित्व टळेल. शारीरिक आरोग्य चांगले राखले, नियमित व्यायाम, योगसाधना, ध्यानधारणा करण्याची सवय अंगीकारली; तर पाठीच्या कण्याला बाक येणार नाही व चालताना काठीचा आधारही घ्यावा लागणार नाही. संगीत, साहित्य, कला यांपैकी कशात तरी आधीपासून मन गुंतविले, तर या गोष्टी जगण्याचा आधार होऊ शकतात. मुलांशी संबंध दूरवरून का होईना पण चांगले ठेवावेत. अधून-मधून येणं-जाणं असावं. सणावाराला एकत्र यावं. आजारपणात त्यांची मदतही जरूर घ्यावी. पण त्यांना आपणच मोठं केलंय, म्हणून त्यांच्यावर गैरवाजवी बोजाही टाकू नये. त्यांचीही अपरिहार्यता आई-वडिलांनी ओळखावी. त्यांच्या स्वातंत्र्यात आपली लुडबुड असू नये. त्यांच्या व्यक्तिगत व्यवहारात आपले सल्ले लादू नयेत. आजच्या गतिमानतेला साजेसं आपलं वर्तन असावं. मुलांनीही त्याची जाण ठेवावी. आई-वडिलांची आधाराची काठी बनणं, हे आपलं कर्तव्य आहे, एवढी जाणीव मुलांना असेल; तर ही गोष्ट आई-वडिलांसाठी मजबूत आधाराची काठी असतेच असते. मग त्यासाठी त्यांच्या जवळच राहून ती मिळते, असं मात्र नाही. मुलांमध्ये अशा प्रकारची जाणीव असणं, हे आपण त्यांच्यावर केलेल्या संस्कारांचं फलित असतं.

- ० -

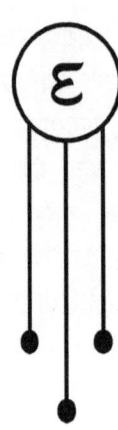

६

आई हवी म्हणोनी...

आई हे एक प्रेमळ नातं. सख्खी किंवा सावत्र— आई ही आई असते. सावत्र या शब्दाचं विघटन ठाऊक नाही. पण सावत्र हा शब्द मला नेहमीच खटकतो. हा शब्द एक प्रकाराचा दुरावा ध्वनित करतो. सावत्र असणारी सर्वच नाती वाईट किंवा दुष्ट नसतात. माझी आजी सावत्र होती, हे मला माहीत नव्हतं. माझ्या वडिलांची ती सावत्र आई होती. आम्हा नातवंडांवर तिचा जीव होता. पूर्वीच्या मोठ्या कुटुंबात अशी नाती आम्हा मुलांना सांगण्याची पद्धत नव्हती व जरुरीही नव्हती. आई हे नातं प्रेमभावनेला पान्हा फुटावा, असं स्निग्ध असतं. बाहेरून आपण घरी आलो की बाहेरचा सगळा पाढा आईला कथन केला की, मन हलकं होतं. शिवाय तिच्या डोळ्यांतून तिचा त्या सर्व गोष्टींबद्दलचा प्रतिसाद कळतो. एखाद्या निर्णयाबाबत आपण साशंक असतो; मी काही चूक तर केली नाही ना, हे आईला विचारता येतं. आईच्या डोळ्यांतून त्याचं उत्तर मिळतं. ते सकारात्मक असेल, तर ती आपल्या पाठीशी सावलीसारखी उभी राहते. मग सगळं जग आपल्या विरोधात गेलं तरी बेहत्तर! आईचं नातं हे असं. म्हणूनच कुटुंबात आई नसेल, तर त्या कुटुंबाला पूर्णत्व येत नाही. जी मुलं आपल्या आईला वृद्धाश्रमात पाठवितात, त्यांच्या कुटुंबात चैन असेलही, पण मायेचा ओलावा नसेल.

रेखाचं पत्र पोस्टमननं खिडकीतून घरात टाकलं होतं. सविस्तर व सुंदर अक्षरांत लिहिलेलं ते पत्र वाचून मला आनंद झाला व आईविषयीच्या विचारांनी माझ्या मनात गर्दी केली. रेखा

ही माझा मित्र श्रीकांतची सून. रोहनची पत्नी. श्रीकांत व शुभदा यांना जाऊन सात-आठ वर्षं झाली. त्यांचा मुलगा रोहन सी.ए. झालाय. त्याचा स्वत:चा व्यवसाय आहे. रेखा त्याच्या व्यवसायात मदत करते. दोघांचं उत्तम चाललंय. श्रीकांतने बांधलेल्या बंगलीत हे कुटुंब राहतं. रोहन हा पहिल्यापासून आईवेडा. त्याची आई म्हणजे शुभदावहिनी गेल्यानंतर तो फार अस्वस्थ झाला. श्रीकांतनं त्याला कसंबसं सावरलं. त्याचं शिक्षण पार पाडलं. शुभदावहिनी गेल्यावर श्रीकांतही खचला होता. रोहन स्वत:च्या पायावर उभा राहिला, तेव्हा त्यानं त्याचं लग्न करून टाकलं. एक तर घरात शुभदावहिनी गेल्यानंतर स्त्रीचं अस्तित्व नव्हतं. त्यामुळे घराला घरपण नव्हतं. रेखा सून म्हणून शुभ पावलांनी घरात आली. घराला हक्काचं माणूस मिळालं. रोहन आणि रेखाचा संसार थोडे दिवस पाहिल्यावर श्रीकांतच्या कॅन्सरनं उचल खाल्ली. खूप उपचार झाले, पण शुभदावहिनींनंतर खचलेल्या श्रीकांतमध्ये जगण्याची इच्छा नसावी. एक दिवस त्याने जगाचा निरोप घेतला.

आई-वडील दोघेही गेल्यामुळे रोहनचा आधार गेला. रोहन व रेखा दोघेही अस्वस्थ झाले. रेखाचे आई-वडील नागपूरला असल्यामुळे पुण्याला लांब वारंवार येणं त्यांना शक्य नव्हतं. या सगळ्या परिस्थितीत रोहन व रेखा यांचा संसार दिवस ढकलीत पुढे चालू होता. रोहन आईच्या आठवणींनी व्यथित होत असे. मी अधून-मधून जात असे. एखाद दिवस त्यांच्याकडे राहतही असे. त्यांना बरे वाटे. दिवस कामात कसा निघून जातो, समजत नाही; पण रात्री घरी आल्यावर आई-बाबांची आठवण बेचैन करते, असे रोहन नेहमी म्हणत असे. ते स्वाभाविक होतं. काही मुलं रोहनसारखी असतात. केवळ पत्नीसुखात त्यांचा जीव रमत नाही. केवळ पैसा व सुखलालसा त्यांना नको असते. मायेच्या ओलाव्यासाठी ती तहानलेली असतात. आईच्या आठवणींनी ती व्याकूळ होतात.

रोहनने एक दिवस मला फोन करून बोलावून घेतले. मी गेलो. गप्पा झाल्या, चहा झाला. नंतर रेखा व रोहन यांनी एक कल्पना मांडली. वृद्धाश्रमातून एका आईला आपण घरी आणायचं, अशी ती कल्पना होती. अनाथ मुलांना आश्रमातून आणून दत्तक घेण्याची कल्पना आपल्याकडे रूढ आहे. तसंच वृद्धाश्रमातून एखाद्या मातेला घरी आणून आपण तिला आपल्या आईचं स्थान दिलं, तर आपल्याला आई मिळेल आणि तिला हक्काचं घर व कुटुंब मिळेल... रोहनची कल्पना ऐकून मी भारावून गेलो. ते कितपत शक्य आहे, याची मला कल्पना नव्हती. पण ते अशक्य मात्र नाही, असं वाटून मला रोहन आणि रेखाचं

कौतुक वाटलं.

रोहननं वृद्धाश्रमांचे पत्ते मिळवले होते. नंतरचे काही रविवार आम्ही वृद्धाश्रमांना भेटी देऊ लागलो. आमची कल्पना वृदाश्रमाच्या चालकांपुढे आम्ही ठेवली तेव्हा एखादी माता तुमच्या कुटुंबात येण्यास स्वत:हून तयार असेल व तिला ज्यांनी आश्रमात दाखल केले आहे, त्या नातलगांची संमती असेल किंवा तिला कोणतेही पाश नसतील; तसेच तिचा सांभाळ तुम्ही काळजीपूर्वक करण्याची खात्री देत असाल व त्या मातेची मनापासून संमती असेल... तर अशी माता तुमच्या कुटुंबाची सदस्य होण्यात काही अडचण नाही, असे समजले.

एखाद्या मातेला आनंददायी घर व कुटुंब मिळत असेल, तर सर्व सहकार्य करण्याचे वचन वृद्धाश्रमाच्या चालकांनी दिले. रेखा व रोहन यांनी त्या दृष्टीने प्रयत्न चालू ठेवले होते. कधी-कधी मी त्यांच्याबरोबर जात असे, माहिती घेत असे. असेच काही दिवस गेले.

त्या दिवशी रेखाचं आलेले पत्र वाचून म्हणूनच मला आनंद झाला. निर्मलाताई पोतनीस या नावाची शुभदावहिनींच्या वयाची एक आई रोहनला गवसली होती. निर्मलाताईंच्या पतीच्या निधनानंतर त्यांना कोणतेही पाश नव्हते, म्हणून त्यांनी स्वत:च वृद्धाश्रमात राहणे पसंत केले होते. ज्ञानदानाचं पवित्र कार्य आयुष्याच्या उमेदीत त्यांनी केलं होतं. वार्धक्यातही हसऱ्या चेहऱ्यावरची शालीनता व सोज्वळता त्यांच्या ठिकाणी भरून होती, असं रेखानं पत्रात लिहिलं होतं. रोहन व रेखानं त्यांना त्यांच्या आईचं स्थान देण्याचा निर्णय पूर्ण विचारांती घेतला होता. सर्व सोपस्कार पार पाडले होते व त्यांना वृद्धाश्रमातून घरी आणण्यासाठी, घरात त्यांचं कौटुंबिक जिव्हाळ्यानं स्वागत करण्यासाठी रेखा व रोहननं मला व माझ्या पत्नीला येण्याविषयी पत्रानं कळविलं होतं. आईवेड्या रोहनला आई मिळाल्याचा आम्हाला खूप आनंद झाला. मी जाण्याच्या तयारीला लागलो.

- ० -

७

रंग रसिकतेचे

'व्यक्ती तितक्या प्रकृती' असं आपण म्हणतो. ते खरंही आहेच. प्रत्येकाचे स्वभाव निराळे, प्रत्येकाच्या आवडी-निवडी निराळ्या. काही व्यवहारचतुर, तर काही व्यवहारशून्य. काहींना आपल्या उद्योग-व्यवसायापलीकडे काही जग आहे याची कल्पनाच नसावी, इतके ते त्यात गुरफटलेले; तर काही अगदी खुशालचेंडू. या सगळ्यांमधून रसिक कुणाला म्हणायचं व अरसिक कोण, हा प्रश्न मला पडतो. काही-काही प्रश्न आपल्याला उगाचच पडत असतात. त्यांची उत्तरे आपल्याला कोणीही विचारत नाही, तरीही ती शोधून काढल्याशिवाय चैन पडत नाही. रसिकतेची व्याख्या मला उमगलेली नाही. तरीही कोणत्याही गोष्टीत रस घेणारा तो रसिक, असं म्हणता येईल का— हा प्रश्न मला सतावतो. कोणत्याही गोष्टीत असं जर म्हटलं, तर मग आपली दैनंदिन व्यवहारातील कामेही त्यात आली. पोट जाळण्यासाठी करावयाची कामे आली. अशा कामांमध्ये रस असणे व ती करणे म्हणजे रसिकता असणे, हे मनाला पटणारे नाही. डॉक्टरने डॉक्टरकीच्या कामात तरबेज असावे, वकिलाने बुद्धिचातुर्याने खोट्याचे खरे खुशाल करावे, व्यापाराने हसत-हसत ग्राहकाचा केसाने गळा कापावा, कारकुनाने बेमालूमपणे आपल्या कारकुनीचा हिसका दाखवावा... ही सर्व मंडळी त्यांच्या-त्यांच्या क्षेत्रात रस घेऊन काम करणारी तरबेज मंडळी आहेत. पण म्हणून ती रसिक आहेत, असं आपण म्हणत नाही. म्हणूनच आपल्या कामात रस असणे म्हणजे रसिक असणे, ही रसिकतेची व्याख्या करता येत

नाही. गाण्याचे सुरेल सूर कानावर पडत असताना पैशांच्या देवघेवींची निरर्थक बडबड करणारा दुकानदार किंवा एखाद्या निसर्गरम्य ठिकाणी या जागेचे क्षेत्रफळ किती होईल, असे विचारणारा टिपिकल सरकारी अंमलदार यांना केवळ कर्तव्यनिष्ठ अरसिक असेच म्हणावे लागेल.

पुलंनी एके ठिकाणी असं म्हटलं आहे की, पोट जाळण्यासाठी तुम्ही कोणताही व्यवसाय करा. तो अगदी मनापासून करा. तो व्यवसाय तुम्हाला जगवील. पण हे करीत असताना साहित्य, संगीत, कला व क्रीडा यांपैकी कोणाशी तरी मैत्री करा. ही मैत्री तुम्हाला कशासाठी जगायचं, हे शिकवेल. पुलंनी एका वाक्यात आपल्याला जगण्याचा मंत्र दिलाय. जगण्यासाठी केलेल्या व्यवसायकर्मामध्ये रस असणे, ही रसिकता नव्हे. कारण त्यातूनच नुसतेच जगणे होईल. ते जगणे आनंदाचे नसेल, तर त्याला काही अर्थ नाही. म्हणूनच ते आनंदाचे होण्यासाठी एखादी वाट शोधावी लागते. मग ती वाट एखाद्या छान पुस्तकाकडे घेऊन जाणारी असेल. एखादी कविता मनाला भावेल, त्या कवितेचं सुरेल गाणं होईल व संगीताचा आनंद देईल. एखाद्या चित्रपटातील प्रसंग मनाला थेट जाऊन भिडेल. सचिन तेंडुलकरची मैदानावरील धावांची आतषबाजी मनावरचे मळभ दूर करेल. अशा सगळ्या गोष्टींमध्ये रस घ्यावा लागेल, त्यांचा आस्वाद घ्यावा लागेल. या प्रकृतीला रसिकता म्हणता येईल व त्या प्रकृतीच्या व्यक्तीला रसिक म्हणता येईल, असं मला वाटतं.

प्रत्येक व्यक्तीच्या मनात रसिकतेसाठीचा एक कप्पा असतो. रुक्ष व नीरस जगणे कोणाला आवडणारही नाही. खरं म्हणजे, तसं जगताही येणार नाही. रसिकतेचा मनातील कप्पा छोटा-मोठा असू शकेल. त्या कप्प्यामधील रसिकतेच्या कल्पनांचे रंग वेगवेगळे असू शकतात. माझ्या पाहण्यातील एक उच्च सरकारी अधिकारी दिवसाचे सोळा तास सरकारी कामात व्यग्र असायचे. या माणसाने कधी सिनेमा पाहिला नाही, कधी नाटक पाहिले नाही, कधी गाणे गुणगुणले नाही; कायद्यांच्या पुस्तकांशिवाय काही छापलं जातं, हे त्यांच्या गावी नाही! सरकारी कामाशिवाय त्यांच्या तोंडातून एक अवांतर शब्द बाहेर पडत नाही. या माणसाने कधी सुंदर सूर्यास्त पाहिला नाही, की पक्ष्यांची किलबिल ऐकली नाही. किती रुक्षपणे हा माणूस जगतोय, असं मला वाटे. त्यांचा आनंद कशात आहे, हे कोडं मला अनेक दिवस सुटलं नव्हतं.

कधी आजारी न पडणारे हे गृहस्थ एकदा आजारी पडले व चार दिवस रजेवर राहिले, म्हणून मी त्यांच्या प्रकृतीची विचारपूस करायला त्यांच्या घरी

गेलो. हा रुक्ष स्वभावाचा एकलकोंडा माणूस घरी तरी कसा असतो, हे बघण्याची मला उत्सुकता होती. मी दारावरची बेल वाजवली. डोक्याला पांढरे मफलर गुंडाळून दस्तुरखुद्द ऑफिसरच दार उघडायला आले. मी नमस्कार केला. त्यांनी मला 'या' म्हटलं. मी घरात प्रवेश केला. 'बसा.' — तेच ऑफिसर. मी बसलो. काय म्हणते तब्येत? —माझा प्रश्न. आज बरंय, असे म्हणून त्यांनी पत्ते पिसायला सुरुवात केली. येताय का खेळायला? रमीचा डाव आहे! पैसा पॉइंट; फार नाही! —मला त्याचं विचारणं. शेजारच्या मित्रमंडळींबरोबर त्यांचा मस्त पत्त्यांचा डाव चालू असणं— जरा विचित्र वाटलं. मी त्यांच्याकडे बघत राहिलो. त्यांच्या ऑफीसमधल्या मुखवट्यामागचा खरा चेहरा मला त्यांच्या घरी बघता आला. या रुक्ष माणसाची रसिकता रमीच्या रमलेल्या डावात होती. त्यांचा आनंद कशात आहे, हे मला पडलेलं कोडं अचानक सुटलं.

पुलंचं पुस्तक बघून न हसणारा... गदिमा, बहिणाबाई, शांता शेळके यांच्या कवितांनी हरखून न जाणारा... बाबूजींच्या, लतादीदींच्या सुरेल गीताने आनंदित न होणारा... कोजागरीच्या शुभ्र चांदण्यांत रममाण न होणारा... हिरव्यागार सृष्टीचे सौंदर्य न्याहाळताना हरखून न जाणारा माणूस पत्त्यांच्या डावात रमत असेल; तर त्याला अरसिक कसं म्हणता येईल?

- ० -

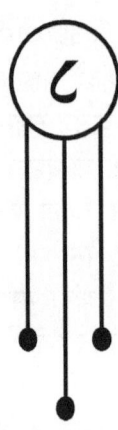

८

मर्यादा- एक बंधन

प्रत्येक गोष्टीला मर्यादा असते, असं आपण समोरच्या व्यक्तीला सुनावतो; तेव्हा तिथे माणसाच्या हातून एखादी अशी गोष्ट घडून गेलेली असते की, चांगल्या वागण्याच्या सीमारेषेचे कुठे तरी उल्लंघन झालेले असते. एका आदर्शवत् वर्तणुकीची अपेक्षा आपण गृहीत धरतो. त्यापलीकडचे वागणे झाले की, ते वागणे मर्यादा सोडून झाले, असे आपण म्हणतो.

मर्यादशील पुरुषोत्तम राम ही व्यक्तिरेखा आपल्या प्रत्येकाच्या मनात अढळपणे कुठे तरी वावरत असते. रामायणातील ही व्यक्तिरेखा होऊन गेली का? —ठाऊक नाही. पण माणसाचे सर्वोत्तम आचरण कसे असावे, हे समजावे म्हणून या व्यक्तिरेखेस आपल्या पूर्वजांनी साकार केले असावे. त्या व्यक्तीरेखेस मर्यादशील आचरणांच्या आभूषणांनी अलंकृत केले असावे. त्याचा आदर्श समोर ठेवून माणसाने वागावे; तरच माणसाचे जगणे सुखावह होईल, यासाठीचा हा सगळा प्रपंच असेलही. चांगली वर्तणूक व वाईट वर्तणूक यांच्या ज्या सीमारेषा आहेत, त्या सीमारेषांनाच आपण मर्यादा असे म्हणतो, असं मला वाटतं. या सीमारेषा पुसटशा असतात, लवचिक असतात. त्या ठळकपणे अस्तित्वात येतात व कागदावर उमटतात, तेव्हा कायदे व नियम तयार होतात. मग त्यांचे उल्लंघन शिक्षेस पात्र ठरते. म्हणून प्रत्येक गोष्टीची मर्यादा ठेवणे पर्याप्त असावे.

वेळेचे उदाहरण घ्या. प्रत्येक गोष्टीला वेळेची मर्यादा असते. किती वेळ झोपावे, सकाळी फिरायला किती वेळ जावे

इथपासून किती वेळ व किती वेळा जेवावे, किती वेळ काम करावे, किती वेळ टीव्ही पाहावा, किती वेळ गप्पा माराव्यात? त्यातला किती वेळ पत्नीला द्यावा, सभेत किंवा एखाद्या कार्यक्रमात श्रोत्यांच्या सहनशीलतेचा अंत होणार नाही या बेताने किती वेळ बोलावे किंवा काव्यवाचन करावे— या सगळ्या-सगळ्या गोष्टींना वेळेची मर्यादा पाळावी लागते, नाही तर हसे होते. अनास्था प्रसंगही ओढवण्याची शक्यता नाकारता येत नाही.

माणसांचे परस्परांशी संबंध नात्याने जोडलेले असतात. ही नाती कधी जवळची, तर कधी लांबची असतात. नातेसंबंध टिकून राहणे महत्त्वाचे असते. ते टिकून राहण्यासाठी परस्परांच्या संबंधांतील मर्यादा पाळाव्या लागतात. आईचं नातं घट्ट असतं, क्षमाशील असतं; पण तिच्या प्रेमाची कदर न करणारी व तिच्याशी वागण्याच्या मर्यादा ओलांडणारी करंटी मुले तिच्या प्रेमाला पारखी होतात.

वडिलांचं नातं म्हणजे मुलांसाठी एक आधार असतो; पण वडिलांच्या हेकट व तापट स्वभावामुळे त्यांना त्यांच्या वागणुकीच्या मर्यादांचे अवधान राहत नाही व मुलांच्या प्रेमाला ते पारखे होतात.

पती-पत्नीचे नाते एक नाजुक व प्रेमाच्या रेशमी धाग्यांनी गुंफलेले असते. या नात्यामध्ये एक अलिखित असा परस्परांबद्दलचा विश्वास असतो. त्याला तडा जाऊ न देण्यासाठी निखळ प्रेमाची आवश्यकता असते. ते केवळ एकमेकांसाठी असणारे आगळे-वेगळे प्रेम असते. त्यात अन्य कोणीही वाटेकरी नसतात. त्यासाठी दोघांनीही काही मर्यादशील वागणुकीची बंधने स्वीकारलेली असतात. यांपैकी कोणा एकाकडून मर्यादेचे उल्लंघन होते, तेव्हा या नात्यात दुरावा निर्माण होतो.

असेच एक मैत्रीचे नाते असते. रक्ताचे नसलेले हे नाते जीवाभावाचे असते. कधी-कधी ते रक्ताच्या नात्यापेक्षा घट्ट असते, तरीही या नात्यात एक विशिष्ट असे अंतर असते. हे अंतर नाहीसे करण्यास समाज मान्यता देत नाही. या अंतराच्या मर्यादा ठरलेल्या असतात. त्यांचे उल्लंघन हा एका कुटुंबाने दुसऱ्या कुटुंबात केलेला हस्तक्षेप ठरू शकतो. अंतर राखून हे नाते टिकवावे लागते. या रक्ताच्या नात्यापेक्षाही घट्ट असणाऱ्या नात्याला जगात कोठेही कायद्याची मान्यता नाही, हे केवढे आश्चर्य आहे! म्हणून हे नाते टिकविण्यासाठी मर्यादेचे बंधन अनिवार्य आहे. भिंतीवरचा कोळी आपल्या रसग्रंथीमधून स्वतःभोवती एक जाळे निर्माण करतो. त्या जाळ्यात तो स्वतःला गुरफटवून घेत नाही, पण त्याचे हे षटकोनी विश्व असते. त्याच्या मर्यादा तो ओळखून असतो. त्याचे

उल्लंघन न करता तो जगत असतो. त्या जाळ्यात सापडणाऱ्या भक्ष्यावर त्याचे पोषण होते. ते मिळण्यासाठी त्याने जाळ्याच्या मर्यादा कधी ओलंडलेले मी पाहिलेले नाही. म्हणूनच तो समाधानी असतो.

- ० -

९

क्रोधाय तस्मै नमः

मीलनाच्या एखाद्या संकेत स्थळी प्रियकराला येण्यास झालेला उशीर सहन न होऊन प्रतीक्षेत हैराण झालेली एखादी प्रेयसी रागाने म्हणते, 'मी नाही बोलत जा'! हा अर्थातच लटका राग असतो. मी नाही बोलत, म्हणजेच आपल्याला खूप बोलायचं आहे, असं तिला खरं म्हणजे म्हणायचं असतं. अर्थात, तो राग दूर करण्याची क्लृप्ती प्रियकराला ठाऊक असते. हे झालं लटक्या रागाचं. तो राग नसतोच; ते एक प्रियाराधनेचं रूप असतं. राग येणं, तो अनावर होणं, हा माणसाचा स्थायिभाव आहे. राग येण्यासाठी अनेक गोष्टी कारणीभूत असतात. छोट्या गोष्टींपासून मोठ्या गोष्टींपर्यंत हा स्थायिभाव स्वभावात परावर्तित होतो, तेव्हा विशिष्ट व्यक्तीला आपण ती व्यक्ती रागीट स्वभावाची आहे, असं म्हणतो.

माणसाला राग येण्यासारख्या गोष्टी आयुष्यभरात सातत्याने घडत राहतात व त्या अपरिहार्यही असतात. लहानपणी आई 'कारट्यानं छळवाद मांडलाय', असं रागानं म्हणते व 'मेल्या, किती छळतोस?' असं आपल्यालाच विचारते. तेव्हा आपल्यामुळे तिला त्रास झालेला असतो व रागानं तिचा पारा चढलेला असतो. ते आपल्याला त्या वयात उमगत नाही.

'मेल्या', 'कारट्या' या आईच्या शिव्या नसतात; तर त्या ओव्याच असतात, कारण त्या बोचत नाहीत. मांजरीचे दात तिच्या पिलाला लागत नाहीत, तसाच आईचा हा राग वात्सल्यापोटी असतो. दुसऱ्याच क्षणी तिने प्रेमाने भरविलेला जिरेसाळ (दूध)

भात आपण आयुष्यभर लक्षात ठेवतो. आईचा राग हा तरी राग कुठे असतो; ते एक मातृवात्सल्याचंच रूप असतं! शाळेत सक्तीनं पाठविणारे बाबा रागानं पाठीत धपाटा घालतात. अभ्यास केला नाहीस, तर छडीनं फोडून काढीत म्हणतात; हा बाबांचा राग खरं तर राग नसतोच. शिल्प घडविण्यासाठी व त्यात देवपण येण्यासाठी घातलेले ते टाकीचे घाव असतात. आपले भवितव्य घडविण्यासाठी बाबांना आलेल्या रागाचं हे एक उदात्त व प्रेमळ रूप असतं.

शाळेतील बेशिस्त खपवून न घेणारे आपले गुरुजी रागानं संतापतात व पाठीवर डस्टर ठेवून अंगठे धरायला लावतात. डस्टर पडला, तर पार्श्वभागावर छडीचा प्रसाद मिळतो. गुरुजींचा आपल्याला त्या वयात आलेला राग व गुरुजींना आलेला आपला राग— हे गुरू-शिष्यामंधील रागाचं द्वंद्व परस्परांमधील प्रेमादराचं चिरकाल टिकणारं रूप असतं. हे रागाचे प्रसंग घडतात, म्हणूनच माणसं घडतात.

तरुण वय हे रागाचं माहेरघर. रागाचे अंगार क्षणाक्षणाला फुलतात. कधी आईसमोर आपण आता खूप मोठे झाल्याचा बहाणा करताना, तर कधी बाबांबरोबर बदलत्या जगाची दखल घेण्याबाबत तात्त्विक भूमिका मांडण्याचा आव आणताना मतभेद होतात आणि रागाचा पारा दोन्ही बाजूंनी चढतो. कॉलेजमध्ये कधी प्राध्यापकांबरोबर होणारा वितंडवाद, तर कधी एखाद्या मैत्रिणीवर इंप्रेशन पाडण्यासाठी वर्गमित्राबरोबर केलेले भांडण— हेही राग (आळवण्याचे) प्रसंग. बहुधा ते ओढून-ताणून आणावे लागतात; कारण राग येणं, हे एक तारुण्यसुलभ लक्षण समजलं जातं. तसंच ते भाव खाण्यासाठी उपयोगी पडतं. याच वयात करिअरच्या भ्रामक कल्पना डोक्यात फिरत असतात व त्यावरून होणारे वाद राग येण्यासाठी आमंत्रण देतात.

'कोणाचेही ऐकायचे नाही', ही भीष्मप्रतिज्ञा या वयात तरुणांच्या डोक्यात घुसल्यास ते डोके कधीच ठिकाणावर येत नाही व ते जणू रागाच्या तप्त लाव्हारसाने धुमसत राहते. शिक्षण पूर्ण झाल्यावर उद्योग-व्यवसायात बॉसबरोबर, सहकाऱ्यांबरोबर वादाचे प्रसंग उद्‌भवतात व मस्तकात राग शिरतो. आई-वडिलांना न आवडलेल्या एखाद्या मुलीशीच किंवा मुलाशी लग्न करणार, नाही तर जीव देणार, असे प्रसंग उभे राहतात आणि झालेल्या मनःस्तापाने व संतापाने मने बधिर होतात. विवाहानंतर रोमँटिक काळ सरल्यावर पत्नीशी वाद सुरू होतात आणि हे चहाच्या पेल्यातले भासणारे वादळ एक दिवस उग्र रूप धारण करते व संतापाचा कडेलोट होतो. रागाच्या भरात विपरीत घटना घडू शकतात.

पत्नीच्या ताटाखालचे मांजर झालेल्या मुलाची आई-वडिलांशी होणारी भांडणे नित्याची होतात. त्या मन:स्तापाने संतापाच्या भरात एक दिवस आई-वडिलांना वृद्धाश्रमाचा रस्ता दाखविला जातो. अनैतिक घटना, अपयश, मनाचा दुबळेपणा, शारीरिक व्याधी, असमाधान, वैफल्यग्रस्तता— ही सर्व कारणे रागाच्या मुळाशी असतात. या सर्व गोष्टींमुळे येणारा राग माणसाला क्षीण करतो; म्हणूनच राग येणे ही भावना इतर कोणत्याही मानवी भावनांमध्ये धोकादायक आहे. त्यासाठी राग आल्यावर मनात शंभर आकडे मोजावेत व मनाला शांत करावं, असे म्हणतात ते उगीच नाही. त्याचबरोबर आपल्या एखाद्या आवडत्या माणसाला येणारा लटका राग मनाला गुदगुल्या करतो, हेही विसरता येणार नाही.

- ० -

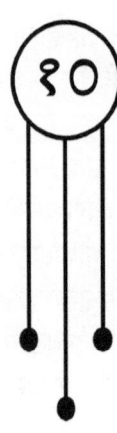

१०

आनुवंशिक

सुभाषला अलीकडे लांबचं कमी दिसू लागलंय, पुस्तक वाचताना अक्षरं स्पष्ट दिसत नाहीत. वर्तमानपत्रातील बारीक अक्षरं वाचताना डोळ्यांवर ताण पडतोय, अशा तक्रारी येऊ लागल्यावर मी त्याला डोळे तपासून घे, असं बजावलं. दोन-तीनदा सांगूनही त्यानं दुर्लक्ष केल्यावर एक दिवस मीच त्याला डॉक्टरांकडे मुद्दाम घेऊन गेलो. सुभाषचं वय असेल २७/२८ वर्षांचं. हे वय त्याच्यात दृष्टिदोष निर्माण होण्याचं नक्कीच नव्हतं. मग हे अचानकपणे असं का व्हावं? —माझ्या लक्षात येईना. नुकतीच त्याला नोकरी लागली होती. तो त्याच्या गरीब परिस्थितीवर मात करून इंजिनिअर झाला होता. आता कुठे चांगले दिवस येऊ घातले होते, तर दृष्टिदोषाचं हे संकट येऊन उभं राहिलं होतं. एरवी खेळकर वृत्तीचा व रांगड्या प्रकृतीचा सुभाष डोळ्यांच्या या दुखण्यानं मात्र थोडा दुबळा झाल्यासारखा वाटला. 'अरे, डॉक्टर तपासतील आणि फार तर चष्मा देतील. काही दिवस लावायचा... इतकंच!' अशी मी त्याची समजूत काढण्याचा प्रयत्न केला. चष्मा लागणार म्हटल्यावर तो आणखीनच निराश झाल्यासारखा वाटला. त्याचं लग्नाचं वय होतं. स्थळं सांगून येत होती. त्याच्या देखण्या व्यक्तिमत्त्वानं, चांगल्या स्वभावानं, त्याच्यातील चांगल्या संस्कारांनी अनेक मुलींचे त्याच्याकडे लक्ष होतं, हे मला माहीत होतं. अनेक मुलींच्या आई-बापांनी त्याच्या घरी खेटे घालायला सुरुवातही केली होती.

'सुभाष देशमुखऽऽ' डॉक्टरांच्या रिसेप्शनिस्टने क्लिनिकमध्ये

पुकारा केला व आम्ही भानावर आलो. सुभाषचा त्याच्या तपासणीसाठी नंबर लागला होता. मी त्याच्याबरोबरच डॉक्टरांच्या केबिनमध्ये शिरलो. कॅमेऱ्यासारख्या दिसणाऱ्या अनेक यंत्रसामग्रींनी भरलेल्या त्या केबिनमध्ये आम्ही प्रवेश केला व क्षणभर सगळे कॅमेरे आमच्याकडे रोखून पाहत आहेत, असे वाटले. या यंत्रांच्या गर्दीमध्ये एका स्टुलवर बसून डॉक्टर ती यंत्रे सहजपणे हाताळीत होते. 'ये सुभाष—' असे म्हणत डॉक्टरांनी सुभाषला एका खुर्चीवर बसायला सांगितले व काय होतंय, असं विचारलं. सुभाषने त्याच्या डोळ्यांच्या दुखण्याच्या व्यथा कथन केल्यावर डॉक्टरांनी त्याच्या डोळ्यांची तपासणी सुरू केली. डॉक्टरांकडील अनेक आयुधे सुभाषच्या डोळ्यांची खोलवर तपासणी करू लागली. यंत्रांना लावलेल्या भिंगांमधून व प्रखर प्रकाशातून सुभाषच्या डोळ्यांत निर्माण झालेल्या दोषांचा डॉक्टर खोलवर वेध घेताना दिसत होते. मधूनच त्यांच्या कपाळावर काळजीच्या आठ्या गर्दी करीत असताना मी पाहिल्या. मधूनच स्वत:शीच ते चुकचुकल्यासारखे करताना दिसत होते. समोरच्या पट्टीवर दिसणारी अक्षरे सुभाष चुकीच्या पद्धतीने वाचत होता. 'स' हे अक्षर 'श' तर 'ह' हे अक्षर 'ड' असे तो वाचत होता. असं हे अर्धा-पाऊण तास चालले होते. डॉक्टर त्यांच्या कॅमेऱ्यासारख्या यंत्रसामग्रीच्या चौकटीतून बाहेर आले. मग एका टेबलाभोवती आम्ही एकत्र बसलो. निष्कर्ष ऐकायला आम्ही दोघेही उत्सुक होतो. ही अवस्था मोठी गंभीर असते. काय ऐकायला मिळणार, या भीतीनं छातीचे ठोके वाढलेले असतात.

'हे बघ सुभाष—' डॉक्टर बोलू लागले. 'परिस्थिती थोडी गंभीर आहे...' डॉक्टरांनी सुरुवात केली. 'तुझ्या कॉर्नियामध्ये दोष निर्माण झाला आहे. कॉर्नियाच्या आतील पेशींची संख्या कमी झाली आहे. त्यामुळे डोळ्यांत दृष्टिदोष निर्माण झालाय. शरीरातल्या ह्या एकमेव पेशी अशा आहेत की, त्या कमी झाल्यावर त्यांची संख्या वाढत नाही, म्हणजे नवीन पेशी निर्माण होत नाहीत. यावर शस्त्रक्रिया करून कॉर्नियातील पेशींची संख्या पुरेशी वाढविणे आवश्यक आहे. दान केलेल्या व त्या सजीव राखलेल्या पेशींचे रोपण करून कॉर्नियातील पेशींची संख्या वाढविणे व दृष्टिदोष घालवणे, हाच एकमेव उपाय आहे,' डॉक्टर सांगत होते. 'त्यासाठी आपल्या शरीराला योग्य ठरणाऱ्या पेशी मिळविणे, ही एक गोष्ट तर आहेच; पण ही शस्त्रक्रिया यशस्वीपणे पार पाडणेही फार महत्त्वाचं आहे. कारण शस्त्रक्रिया करताना काहीही घडू शकतं. अगदी अंधत्व येण्याची शक्यताही नाकारता येणार नाही.' डॉक्टरांनी स्पष्ट कल्पना दिली.

सुभाषच्या चेहऱ्यावर मला काळजीचं सावट दिसलं. 'डॉक्टर, हे असं

कशामुळे होतं?' मी विचारले. हा जन्मत:च निर्माण झालेला दोष असू शकतो व तो बऱ्याचदा आनुवंशिक असतो, असं डॉक्टरांनी सांगितलं. आनुवंशिकपणे आलेल्या व्याधींपुढे आपण काय करणार? डॉक्टरांनी प्रश्न केला. लवकरात लवकर हे सर्व व्हायला पाहिजे, नाहीपेक्षा विशिष्ट संख्येपेक्षा पेशींची संख्या घटली, तर मग अंधत्व जवळ येऊन ठेपेल. डॉक्टरांनी निर्वाणीचं सांगितलं. काळजी घे, असं सांगून डॉक्टरांनी दुसऱ्या पेशंटला बोलाविण्यास सांगितलं.

सुभाषची तपासणी संपली होती. आम्ही बाहेर पडलो. चिंतेनं ग्रासलेल्या सुभाषला मी धीर दिला. सावरलं. आमच्या कुटुंबापुढे संकट येऊन उभं राहिलं होतं. नेत्रपेढीमध्ये जाऊन सुभाषला सूट होणाऱ्या कॉर्नियांच्या पेशींचं बुकिंग डॉक्टर करणार होते. त्याआधी काही टेस्ट कराव्या लागणार होत्या. योग्य पेशी उपलब्ध होईपर्यंत आता थांबणं भाग होतं.

सुभाषचं कशातच लक्ष लागत नव्हतं. तो चिडचिडा झाला होता. आनुवंशिकतेमुळे आलेल्या या संकटामुळे त्याला दु:ख झालं होतं. पिढीजात श्रीमंती मिळते... घरं-दारं, शेती-भाती, सोने-चांदी मिळते; तेव्हा माणसाला ते सुखद व हवंहवंसं वाटतं. सुभाष या गोष्टीतही अभागीच होता. यातलं त्याला कधीही, काहीही मिळालं नव्हतं. ते मिळेल, ही अपेक्षाही त्यानं कधी केली नव्हती. परंपरेने आलेलं कष्टाचं व गरिबीचं जिणं मात्र त्यानं सोसलं होतं. तो उद्विग्न होऊन एक दिवस म्हणालाही की, वंशपरंपरेनं सुख-श्रीमंतीची मी कधी अपेक्षा केली नाही; पण निदान आरोग्यसंपन्न शरीर तरी आनुवंशिकतेनं मिळायला काय हरकत होती? तेही माझ्या नशिबी नाही. त्या आनुवंशिकतेनं मला दिलं काय, तर डोळ्याचं आंधळेपण! कर्मदारिद्री आनुवंशिकता! त्याची ही निराशाजनक मानसिकता स्वभाविक होती. त्यातून त्याचं दु:ख कळत होतं.

आनुवंशिकतेमुळे माणसाच्या नशिबी जेव्हा दु:ख येतं, त्या दु:खामुळे त्यानं व्याकूळ होणं स्वाभाविक असतं. मधुमेह, हृदयरोग, कॅन्सर अशा अनेक व्याधी आनुवंशिकतेमुळे माणसाच्या नशिबी येतात, हे खरं आहे; पण केवळ या कारणामुळे आपल्या कुटुंबातील पूर्वजांना दोष देण्यात काही अर्थ असतो का, असा मला प्रश्न पडतो. त्या व्यक्तीही या व्याधींच्या शिकार झालेल्याच असतात. आपल्याला लाभलेल्या अनेक चांगल्या गोष्टीही आनुवंशिकतेमुळेच आपल्याला लाभतात, याचीही एक जाणीव आपल्याला असायला हवी. चांगले संस्कार, चांगली अभिरुची, एखादी चांगली कला, खेळातील नैपुण्यता, चलाख बुद्धी, देखणेपण, संभाषणातील गोडवा, चांगल्या सवयी, निर्व्यसनीपणा या गोष्टी एका

पिढीकडून दुसऱ्या पिढीकडे आपोआप अभिहस्तांकित होतात. या गोष्टी जशा आपल्याला लाभतात व आपण त्या अभिमानाने मिरवतो, त्याचे श्रेयही आपल्या कुटुंबातील पूर्वजांचे असते. त्याचप्रमाणे त्यांच्याकडे चालत आलेले दोषही जेव्हा आपल्यापर्यंत येऊन पोहोचतात, ते तेव्हा स्वीकारण्याची मानसिकता आपण ठेवायला हवी. अशी मानसिकता ठेवली, तर मग झालेल्या व्याधीचं दुःख कमी होईल. ते कमी व्हावं, म्हणून सुभाषला मी हे सर्व सांगितलं. सुभाषची चलबिचल थोडी कमी झाली, असं मला वाटलं.

संकटातून बाहेर पडण्यासाठी मार्ग असतात. ते संकटातून आपल्याला नक्कीच बाहेर काढतात. कारण या मार्गांची निर्मिती संकटांबरोबरच नियतीने करून ठेवलेली असते. ते आपण शोधायचे असतात. ते शोधण्याची चलाख बुद्धी आपल्याकडे आनुवंशिकतेनेच आलेली असते. सुभाषलाही त्याच्यावर आलेल्या संकटातून मार्ग गवसणार आहेच; त्याची वेळही नियतीने ठरविलेली असणार, हे नक्कीच. त्या घटकेपर्यंत थांबणं, एवढंच आमच्या हातात होतं.

- ० -

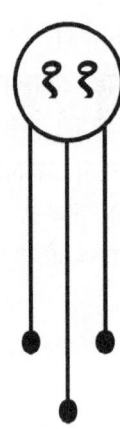

११

अगतिक

बाबुकाका आणि सुशीकाकू वृद्धाश्रमात राहायला गेल्याचं समजलं आणि मन अस्वस्थ झालं. बाबुकाकांचं वय पंचाहत्तरीचं आणि सुशीकाकू सत्तरीची. या म्हातारवयात ती दोघे त्यांच्या मुलांना नकोशी का व्हावीत, ते मला समजेना. मुख्य म्हणजे, त्यांचं वृद्धाश्रमात कसं होणार, याची चिंता लागून राहिली. बाबुकाकांना काठीचा आधार घेतल्याशिवाय चालता येत नाही. डोळ्यांच्या खाचा झाल्या आहेत. सुशीकाकू गुडघ्यांच्या दुखण्यानं बेजार असते. तरी बिचारी घरात सुनेला बारीकसारीक कामात मदतीचा थरथरणारा हात पुढे करत असते. सगळे अपमान गिळून दोघेही घरात कशीबशी राहतात. आपल्याच मुलाच्या घरात आपल्याला आश्रितासारखं राहायला लागतंय, हे भोग आपल्या नशिबी आहेत, याची जाणीव त्या दोघांना नव्हती असं नाही. पण नातवंडांच्या प्रेमात ही जाणीव थोडी बोथट होत असावी. घरात त्या दोघा म्हाताऱ्यांना ठेवून बाहेर जाताना त्यांची सून 'नूपुर' घरातल्या सगळ्या खाण्यापिण्याच्या व पैशाच्या कपाटांना कुलूप लावून बाहेर पडते. दोन-चार दिवसांसाठी कुठे बाहेर गेली; तर दूध, पेपर बंद करते. ते पाहून सुशीकाकू आसवं गाळतात. हे बाबुकाकांना दिसत नाही, पण सुशीकाकूंच्या हुंदक्यांचे आवाज त्यांना ऐकू येतात. त्यामुळे ते अस्वस्थ होतात व आपल्याच नशिबाला दोष देतात. आपण आपल्या मुलांवर केलेलं प्रेम हे किती आधंळं होतं, याची जाणीव त्यांना आता झालीय.

बाबुकाकांचं उमेदीचं आयुष्य पुण्यात गेलं. कुठल्याशा

खासगी कंपनीत त्यांनी नोकरी केली. सुशीकाकूबरोबर त्यांनी गरिबीत प्रेमळ आणि आनंदी असा संसार केला. पुण्याच्या सोमवार पेठेतील एका वाड्यात त्यांचं बिऱ्हाड जवळजवळ तीस वर्षे होतं. दोनही मुलांची शिक्षणं पुण्यात झाली. दोघांनाही त्यांनी काटकसर करून उत्तम शिक्षण दिलं. निवास आर्किटेक्ट झाला, नीतानं फार्मसी केलं. नीता सुंदर होती, प्रेमळ व सालस होती. हुशार होती. बाबुकाकांचं हे लाडकं शेंडेफळ. शिक्षण पूर्ण झाल्यावर बाबुकाका तिच्या लग्नाचं बघू लागले, पण नीताला अजून काही दिवस थांबून नोकरी करून आई-बाबांना मदत करायची होती. त्यांचे कष्ट तिने अनुभविले होते. त्यांची मुलांसाठीची धडपड तिने पाहिली होती. पण बाबुकाकांना मात्र एखादं चांगलं स्थळ आलं तर तिचं लग्न उरकून घेण्याची घाई झाली होती. सुशीकाकूचंही तेच मत होतं. एका जबाबदारीतून त्यांना मोकळं व्हायचं होतं. मुलांकडून कोणत्याही आर्थिक अपेक्षा त्यांनी कधीच ठेवल्या नाहीत. मुलांनी स्वत:च्या पायावर उभं राहावं, स्वत:च्या संसारात रममाण व्हावं आणि आई-वडिलांवर खूप प्रेम करावं— एवढ्या साध्या अपेक्षा बाळगून बाबुकाका व सुशीकाकू जगत होती. बाबुकाकांच्या इच्छेनुरूपच झालं आणि पुण्याच्याच अविनाश साठेंचं स्थळ नीतासाठी सांगून आलं. अविनाश एका कंपनीत एम. आर. होता, देखणा होता. नीताला शोभेसा होता. साठे कुटुंबाला नीता आवडली. पत्रिका, देणं-घेणं अशा अडचणी आल्या नाहीत. बाबुकाकांनी नीताचं लग्न थाटामाटात करून दिलं. ती पुण्यात राहते. 'निवास' ठाण्यात एका फर्ममध्ये पार्टनर आहे.

निवास हुशार होता, देखणा होता. आर्किटेक्ट झाल्यावर त्यानं नोकरी करावी आणि सरळ आयुष्य जगावं— ही खरं तर बाबुकाकांची इच्छा होती; पण नोकरी करणं निवासला तितकंसं पसंत नव्हतं. तो महत्त्वाकांक्षी होता. व्यवसाय करण्याकडे त्याचा कल होता, हे लक्षात घेऊन बाबुकाकांनी त्याला नोकरीचा आग्रह केला नाही. त्यांच्या मित्रपरिवाराच्या घनिष्ठ मैत्रीसंबंधांचा आधार घेऊन व असंख्य जोडलेल्या माणसांची मदत घेऊन त्याचा एका आर्किटेक्ट फर्ममध्ये जम बसवून दिला आणि त्यानंतर त्यालाही चांगली स्थळं सांगून येऊ लागली. त्याला साजेशा नाशिकच्या देशपांडे कुटुंबातील मुलीशी— 'नूपुरशी' त्याचा विवाह ठरला आणि थाटामाटात पार पडलाही. सुंदरशी नूपुर सून म्हणून घरात आल्यावर सुशीकाकूला कोण आनंद झाला होता! निवासचं लग्न झाल्यावर दोन्ही मुलांच्या शिक्षणाच्या आणि वैवाहिक जबाबदारीतून बाबुकाका व सुशीकाकू मोकळी झाली. आयुष्यभराच्या कष्टाचं जणू सार्थक झाल्यासारखं त्यांना वाटलं. निवृत्तीचं

एक शांत जीवन त्यांच्या आयुष्याच्या संध्याकाळी त्यांच्या वाट्याला आलं.

दरम्यान, पुण्यातील बाबुकाकांचा वाडा एक बिल्डरने घेतला व बाबुकाकांना त्यांच्या हक्काचा थ्री रूम किचनचा फ्लॅट त्यानं देऊ केला. बाबुकाका व सुशीकाकूंना स्वत:च्या हक्काचं छान घर मिळालं. गरिबीचे चटके सहन करीत, मुलांची शिक्षणे पार पाडीत त्यांना स्वत:च्या पायावर खंबीरपणे उभे करत थकलेल्या बाबुकाकांच्या नशिबी थोडं निवांतपण आलं होतं. नीता पुण्यात असल्यानं तिचं जाणं-येणं असे. तो एक त्यांचा जसा विरंगुळा होता, तसाच एक आधारही होता. निवास व नूपुर ठाण्यात भाड्याच्या फ्लॅटमध्ये राहत होती. अधूनमधून पुण्याला त्यांचं जाणं-येणं असे. बाबुकाका व सुशीकाकूही ठाण्याला जात येत असत. सगळं कसं छान चाललं होतं.

पण नियतीच्या मनात काही वेगळंच होतं. एक दिवस निवासचा फोन आला आणि ठाण्याला तो एक छोटी बंगली खरेदी करीत असल्यानं त्यानं बाबुकाकांना सांगितलं. बाबुकाकांच्या व सुशीकाकूच्या आनंदाला पारावार राहिला नाही. बंगली पाहण्यासाठी निवास व नूपुरने खूप आग्रह केला, म्हणून बाबुकाका व सुशीकाकू बंगली पाहण्यास ठाण्याला गेले.

बंगली छानच होती. आधुनिक सजावटीनं सजलेली होती. भरपूर खोल्या होत्या. सभोवती लहानशी बाग होती. शिवाय स्टेशन, मार्केट, शाळा— सगळं जवळ होतं. चांगल्या वस्तीतील ही बंगली बाबुकाकांना पसंत पडली. डोळे मिटून घेऊन टाक— बाबुकाकांनी निवासला एका दमात सांगून टाकलं. किमतीचा आकडा माहीत आहे का? नूपुरने प्रश्न केला. अर्थात, या प्रश्नाशी आपला काही संबंध असेल, अशी पुसटशीही कल्पना बाबुकाकांना येण्याचं काही कारण नव्हतं. चला, घरी गेल्यावर बोलू— असं म्हणून निवासनं तो विषय तिथंच थांबविला.

बंगली बघून घरी आल्यावर निवांतपणे झालेल्या चर्चेत बंगलीची किंमत चाळीस लाख असल्याचं समजलं. आता पुण्याचा फ्लॅट कशाला ठेवायचा? बाबा व आईंनीही ठाण्यालाच आता राहायला यायचं— नूपुर आणि निवासने सुचवलं. पुण्याचा फ्लॅट काढला, तर त्याचे किमान वीस लाख तरी येतील; ते आपल्याला बंगली विकत घेण्यासाठी उपयोगी पडतील आणि एकत्र राहता येईल, असंही निवासनं बाबुकाकांना सुचवलं. सुशीकाकूंचा जीव पुण्याच्या जागेत अडकला होता, त्यामुळे त्यांना ही कल्पना फारशी रुचली नसावी. शिवाय नूपुरशी कसे जमेल, अशीही शंका त्यांच्या मनात कोठे तरी डोकावत असावी. पण स्वभावानुसार त्यांना बोलण्याचं धारिष्ट्य झालं नाही. बाबुकाकांसारख्या

प्रेमळ पित्याला एकत्र राहण्याची कल्पना मात्र भावली आणि फारसा कोणताही विचार न करता त्यांनी निवासच्या प्रस्तावाला मान्यता दिली.

भविष्यात चांगलं घडणार नाही, असं माणसाला सहसा वाटत नाही, हा एक सकारात्मक दृष्टिकोन माणसाजवळ असतो. पण कधी कधी त्याप्रमाणे घडतंच, असं मात्र नाही. थोड्याच दिवसांत पुण्याच्या फ्लॅटचा विक्री-व्यवहार पार पडला. बाबुकाकांना पुण्याच्या फ्लॅटची किंमत अपेक्षेप्रमाणे वीस लाख रुपये आली. फ्लॅटचे मिळालेले पैसे बाबुकाकांनी लगेच निवासला दिले. फ्लॅट सोडताना सुशीकाकूला रडू कोसळले. ती भावविवश झाली. नीताला सोडून जाणं तिच्या जिवावर आलं असावं. बाबुकाका व सुशीकाकू यांनी लगेचच ठाण्याला निवासकडे आपलं बिऱ्हाड हलविलंही. काही दिवसांत ठाण्याच्या बंगलीची खरेदीही झाली. वास्तुशांत साजरी झाल्यावर बाबुकाका, सुशीकाकू, निवास, नूपुर, छोटी नेहा व नितीश अशी सगळी जण बंगलीत राहण्यास आली. बंगलीचं नाव ठेवलं गेलं अर्थातच— 'नूपुर'.

सुरुवातीचे काही दिवस आई-बाबांना कुठे ठेवू व कुठे नको, असं निवास व नूपुरला झालं होतं. पण हे फार काळ टिकत नसतं. आणि झालंही तसंच. आई-बाबांचं वार्धक्य त्यांना काही दिवसातंच अडगळीसारखं वाटू लागलं. काळ जसा पुढे गेला तसं त्यांचं वास्तव्य त्याच्या गोंडसवाण्या संसारात ओंगळवाणं वाटू लागलं. त्यांची ऊठ-बस असणाऱ्या श्रीमंत लोकांमध्ये आई-बाबांचं वावरणं त्यांना कमीपणाचं वाटू लागलं. या बंगल्याचे अर्धे मालक आई-बाबा आहेत, हेही ते सोइस्करपणे विसरले आणि तेच दु:ख बाबुकाकांच्या काळजाला भिडलं. आपल्याच घरात आपल्याला चोरासारखं राहायला लागतंय... आपण आपल्या मुलाला नकोसं झालो आहोत, हे वास्तव त्यांना स्वीकारणं जड गेलं. त्यांचं स्वास्थ्य हरपलं. अखेर न राहवून आयुष्याच्या राहिलेल्या दिवसांसाठी वृद्धाश्रमात राहायला जाण्याचा त्यांनी निर्णय घेतला... नव्हे, तो त्यांना घेणं भाग पडलं. बंगलीसाठी दिलेला वीस लाखांच्या बदल्यात वृद्धाश्रमाचे वीस हजार रुपये भरण्याची तयारी त्यांच्या सुनेने—नूपुरने आनंदाने दर्शविली.

चारच दिवसांपूर्वी बाबुकाका व सुशीकाकू निवासच्या गाडीतून 'नुपूर' सोडून 'स्नेह' या वृद्धाश्रमात राहायला आल्याचं समजलं. या वयात त्याचं वृद्धाश्रमात कसं होणार याची चिंता लागून राहिलीय. त्यांना कदाचित त्यांच्या-सारख्याच समदु:खितांचे प्रेम मिळेलही इथे. पण त्यांना हवा होता तो प्रेमळ सहवास— आपल्या रक्ताच्या माणसांचा; तो कसा मिळणार? मृत्यूच्या वाटेवरील

अखेरच्या मैलाच्या दगडाची वाट पाहत राहणं एवढंच त्यांच्या हाती आज तरी आहे.

- ० -

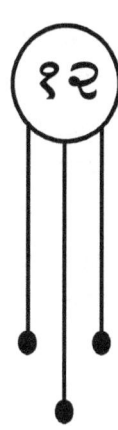

१२

राजाभाऊ

काही माणसांविषयी आपल्या मनात श्रद्धेचं एक स्थान असतं. ही माणसं मनाला भावलेली असतात. कारण कोणत्याही नात्यापलीकडचं, रक्तापेक्षाही घट्ट असं एक नातं त्यांच्याशी विणलं गेलेलं असतं. संकटात प्रथम त्यांचीच आठवण होते. तसंच एखाद्या सुखाच्या क्षणी त्यांची उणीव आपलं मन हळवं करते. त्यांचा सहवास म्हणजे एखाद्या निर्जन माळरानावरील दुपारच्या उन्हाच्या आगीत तहानेने व्याकूळ झालेल्या वाटसरूला गवसलेला निर्झर असू शकतो. असा एखादा देवमाणूस आयुष्यात वाट्याला येणं गरजेचं असतं, असं मला वाटतं. कठीण वाटेवर त्याचा आधार असतो. आकाशाला गवसणी घालण्याचं बळ या व्यक्ती आपल्या हरविलेल्या निराश मनाला देऊ शकतात.

दिवाळीचे दिवस जवळ आले की, घरात आई, माझी आजी व वहिनी यांच्यात रोज सकाळी आज दिवाळीला कोणता पदार्थ करायचा, याबाबतचा ठराव एकमताने मंजूर होई व तिघीही कामाला लागत. कधी चिवड्याच्या तर कधी करंजी, लाडू, शंकरपाळ्यांच्या खमंग वासाने सगळी दुपार दरवळून जाई. मुलांना सुट्या पडलेल्या असत. आकाशकंदिलाच्या कामट्या जुळवत व त्यांना रंगीबेरंगी कागद चिकटवण्यात ती गुंतून जात. फटाक्यांची नुसतीच जोरदार चर्चा चाले. मध्येच लाडू-चिवड्याचे बोकाणे भरले जात. आजीचे लक्ष असे. 'अरे, देवाला नैवेद्य दाखविल्याशिवाय आधी खाऊ नये', असे ती मुलांना सांगत असे. आजीला देवाच्या नैवेद्याबरोबर राजाभाऊंचीही आठवण होई आणि मग ती आईला

राजाभाऊंसाठी वेगळा डबा भरून ठेव गं!' असं बजावत असे. राजाभाऊ आमच्या कोणी नात्या-गोत्याचे नव्हते, तरीही त्यांचं घरात येणं-जाणं त्यापेक्षा जवळिकीचं होतं. दर दिवाळीला ते घरोघरी जाऊन फराळाचे डबे गोळा करत. या कामात त्यांची समवयस्क मंडळी व काही तरुणमंडळीही त्यांना मदत करत. सगळा फराळ गोळा झाला की पाडव्याच्या दिवशी गरीब वस्तीत, आदिवासी पाड्यांवर मित्रमंडळींसह दिवाळीच्या शुभेच्छा द्यायला राजाभाऊ जात. गोळा केलेला फराळ घरोघरी जाऊन वाटत. दिवाळीच्या सणाच्या आनंदात त्यांना सहभागी करून घेत. पाणावलेल्या डोळ्यांनी ही गरीब कुंटुबे हा फराळ आनंदाने स्वीकारत. राजाभाऊंना त्याचा कोण आनंद होत असे! अशा अनेक गोष्टींतच त्यांचा आनंद सामावलेला असे.

राजाभाऊंचे आमच्या छोट्याशा गावातील प्रत्येकाच्या कुटुंबात एक जीवाभावाचं नातं होतं. थेट स्वयंपाकघरात त्यांना मुक्त प्रवेश असे. देशमुखकाकूंना कांद्याची भजी करायला सांगायला किंवा पाटलांकडच्या सुनेला गरम बटाटेवडे करायला सांगण्यात त्यांना कधी संकोच वाटत नसे. गावातलं प्रत्येक घर त्यांचंच असे. पण ते राहायचे मात्र एका देवळाच्या आडोशाच्या खोलीत— एकटेच. वयाची साठी उलटलेली, पण पाठीच्या कण्याला कुठे बाक आला नव्हता. तांबूस गोऱ्या वर्णाचे, मध्यम अंगकाठीचे, प्रसन्न हसऱ्या चेहऱ्याचे राजाभाऊ डोक्यावरील पांढऱ्या केसांमुळे मात्र वयस्कर असल्याचे लक्षात यावे. नाही तर तरुणांच्या बरोबरीचा असा हा रुपेरी केसांचा तरुणच. स्वावलंबनाचा मंत्र जपत प्रचंड उत्साहाचं देणं लाभलेला. या सगळ्या उत्साहाचे अर्घ्य मात्र लोकांसाठी असायचे.

प्रत्येकानं मॉर्निंग वॉकला यावं, म्हणून त्यांनी मॉर्निंग वॉक ग्रुप तयार केला होता. पहाटेच्या पाच-साडेपाचाच्या काळोखात हातात एक काठी घेऊन लेफ्ट-राईट करत दहा-बारा जणांना घेऊन ते पाच-सहा मैलांचा फेरफटका मारत. राजाभाऊंबरोबर चालताना तरुणांचीही दमछाक होई. तरुणांना व्यसनांपासून दूर ठेवण्यासाठी त्यांना विश्वासात घेऊन ते व्यसनांचे दुष्परिणाम समजावून सांगत. लांबच लांब पसरलेल्या मोकळ्या शेतांमध्ये जोर, बैठका, सूर्यनमस्कार, योगासने वगैरे सर्व प्रकार या मॉर्निंग वॉकच्या वेळी होत असत. पहाटेच्या गारठलेल्या थंडीतही सर्व जण घामाने चिंब भिजून जात. अशा वेळी छाती फुगवून एखाद्या विजयी योद्ध्याप्रमाणे तरुणांना प्रोत्साहित करताना मी राजाभाऊंना पाहिलं आहे. एक धडधाकट पिढी घडविण्याची त्यांची ही धडपड असे.

मुलांनी खूप शिकायला हवं, असं त्यांना वाटायचं. नुसतं वाटून स्वस्थ बसतील, तर ते राजाभाऊ कसले! आजूबाजूच्या खेड्यांतल्या गरीब शेतकऱ्यांच्या मुलांना त्यांचे आई-बाप शाळेत पाठविण्याऐवजी गुरे हाकायला, जळणासाठी लाकूडफाटा गोळा करायला, वीटभट्टीवर विटा पाडायला पाठवीत. त्यांनी दोन पैसे मिळवावेत व घरातील कामाला लागावे, हाच उद्देश असे. शाळेत जाऊन वेळ फुकट कशाला घालवायचा, ही मानसिकता या गरीब आई-बापांची असे. ते राजाभाऊंनी ओळखले होते. मग राजाभाऊ पायपीट करीत खेड्यापाड्यांतून जात. लोकांना भेटत. मुलांना, मुलींना शाळेत पाठविण्यासाठी या मुलांच्या आई-बापांकडे ते अक्षरश: हट्ट करताना मी त्यांना पाहिले आहे. दर कोसावर सरकारने बांधलेल्या एका खोलीच्या, एकशिक्षिका शाळासुद्धा ओस पडलेल्या दिसत. मग गावातल्या त्या शाळेच्या शिक्षकांनाच मदतीला घेऊन राजाभाऊंचा हा उद्योग अव्याहत चालू असे. त्याचा परिणाम काही ठिकाणी चांगला होई. मुले शाळेत जाऊ लागल्याचे पाहून राजाभाऊ खूष होत. मग त्यांना कधी पिशवीभर चॉकलेट्स, बिस्किटे, तर कधी पाटीवरच्या पेन्सिलींची बक्षिसी राजाभाऊंकडून मिळत असे. स्वत:ला अपत्य नसलेल्या या बापाची मुलांचे हट्ट पुरविण्याची सुप्त हौसच जणू पूर्ण झाल्याचा आनंद राजाभाऊंना मिळत असावा, असे मला वाटे.

सासू-सुनांच्या भांडणामुळे तुटणारी अनेक कुटुंबे त्यांनी सावरली. वृद्ध आई-वडिलांना निराधार करणाऱ्या अनेक मुलांना त्यांनी पुन्हा एकत्र आणलं. हे सर्व ते इतक्या आत्मविश्वासाने कसं करत, याचं मला नवल वाटे. त्यांचा शब्द खाली पडू देण्याचं धारिष्ट्य मात्र कोणी करत नसे. मुलगी सासरी नांदत नाही, मुले जमिनीच्या वाटण्या करा म्हणतायत, घरचा कर्ता पुरुष अचानक गेलाय आणि कुटुंबावर संकट ओढवलंय... अशा अनेक प्रसंगी राजाभाऊ त्या कुटुंबापैकीच एक असत. संकटातून बाहेर येण्यासाठी कुटुंबाला त्यांचा आधार वाटे. अशी अनेक कुटुंबे सावरण्यासाठी राजाभाऊंची धडपड मी पाहिलीय. हे सगळं करण्यासाठी ते कोणाचे नातेवाईक असण्याची गरज नव्हती. नात्यापलीकडचं एक नातं त्यांनी जोडलेलं होतं. समस्येचं निराकरण हा त्यांचा हातखंडा होता. कोणी कशाचं टेन्शन घेतलेलं पाहिलं की, ते अस्वस्थ होत. त्यांच्या खास विनोदी शैलीत ते आधी टेन्शन दूर करत, काही मार्ग काढत. संकटांशी सामना करायचा असतो, असं ते नेहमी सांगत.

आदिवासी पाड्यावरचे विवाह हा राजाभाऊंचा एक आवडता विषय

होता. काही सामाजिक संस्था हे सामुदायिक विवाह घडवून आणत असत. या विवाहासाठी कुंकवात तांदूळ भिजवून अक्षता तयार करण्यापासून अंतरपाट धरण्यापर्यंत राजाभाऊंचा सहभाग असे. ज्या आदिवासी वाड्यांवर हे विवाह सोहळे होत, त्यांची तयारी महिनाभर आधीपासून सुरू होई. या वाड्या अस्वच्छ असत. मग राजाभाऊंची मॉर्निंग वॉक ग्रुप सेना या वाड्यांच्या स्वच्छतेच्या कामाला लागे. मंडपात रंगीबेरंगी पताकांची, झिरमिळ्यांची सजावट करण्यात येई. वधू-वरांना गावातील बायका नटवत. आहेर म्हणून संसारोपयोगी भांडी गोळा करण्यात येत. राजाभाऊ या सगळ्या गोष्टींमध्ये अग्रभागी असत. जणू त्यांच्या घरचंच लग्न असावं, तसा आनंद त्यांच्या चेहऱ्यावर मी पाहिलाय! ही सर्व नवविवाहित जोडपी राजाभाऊंच्या आशीर्वादासाठी त्यांचे चरणस्पर्श करीत, तेव्हा राजाभाऊंच्या डोळ्यांतील आनंदाश्रूंना मोकळी वाट मिळे.

गावाजवळची आदिवासी मुलांची एक आश्रमशाळा हे राजाभाऊंचं रमण्याचं एक ठिकाण होतं. या आश्रमशाळेत ते बहुधा दररोज जात. त्यांना ह्या आश्रम-शाळेत मुक्त प्रवेश होता. आश्रमशाळेतील विद्यार्थी त्यांना 'गोष्टीवाले काका' असे म्हणत. या मुलांना राजाभाऊ रामायण, महाभारतातल्या तर गोष्टी सांगतच; पण या वनवासी मुलांना वनातल्या प्राण्यांच्या म्हणजे इसापनीतीतल्या गोष्टी म्हणजे जीव की प्राण असे. या गोष्टी प्रत्यक्ष कोल्हा, वाघ, माकडांच्या नकला करून राजाभाऊ सांगत; तेव्हा मुले त्या गोष्टींचाच जणू एक भाग होत. त्यामध्ये रमून जात. राजाभाऊंनी या मुलांवर चांगले संस्कारही केले. 'कराग्रे वसते लक्ष्मी' या प्रातःस्मरणीय म्हणावयाच्या श्लोकांपासून अनेक सुभाषिते, रामरक्षा, मनाचे श्लोक, विनोबांची गीताई वगैरे अनेक गोष्टी राजाभाऊंनी त्यांच्याकडून मुखोद्गत करून घेत. वनवासी मुलांवरसुद्धा हे उच्चभ्रू संस्कार होऊ शकतात, हे त्यांनी दाखवून दिले. पण तो त्यांचा एकमेव उद्देश नव्हता; एका पिढीची चांगली जडणघडण व्हावी, हीच त्यांची तळमळ होती. हा खरं म्हणजे, त्यांचा एक छंदच होता.

त्यांचं खासगी आयुष्य मला फारसं ठाऊक नाही. कुठल्याश्या सरकारी खात्यातून ते निवृत्त झाले होते, असं समजलं होतं. पोटापुरत्या मिळणाऱ्या पेन्शनवर त्यांचं कसंबसं चालत असे. इहलोक सोडून त्यांच्या पत्नीनं त्यांचा पूर्वीच निरोप घेतला होता. त्यांना अपत्य नव्हतं. ते पूर्वी कोठे होते, त्यांचं गाव कोणतं, ही माहिती कोणाला असेल, असे मला वाटत नाही. फार पूर्वीच केव्हा तरी ते गावात वास्तव्यास आले. एका देवस्थानच्या ट्रस्टचे काम ते सेवाभावाने

करत. त्याच ट्रस्टने देवळाच्या आडोशाला त्यांना एक खोली राहायला दिली होती. स्वत:विषयी ते फार कमी बोलत. कुठल्या ना कुठल्या व्यक्तीच्या, कुटुंबाच्या मदतीच्या हाकेच्या प्रतीक्षेतच ते जणू असत. त्यांच्या या निरपेक्ष सेवेचं त्यांनी कधी प्रदर्शन होऊ दिलं नाही. प्रसिद्धी देणाऱ्या मंडळींपासून ते नेहमी दूर राहिले.

गेल्या आठवड्यात एका पहाटे ते मॉर्निंग वॉकसाठी बाहेर पडले नाहीत, म्हणून त्यांची वाट पाहणाऱ्या मॉर्निंग वॉक ग्रुपच्या लोकांनी देवळाच्या आडोशाला असलेल्या त्यांच्या खोलीचं दार ठोठावलं. राजाभाऊंनी हाक दिली नाही... काळजात चर्र झालं! दरवाजाची कडी काढलेलीच नव्हती. बाहेरूनच ती काढून लोकांनी दरवाजा उघडला. पलंगावर राजाभाऊंचा देह शांतपणे चिरनिद्रेसाठी पहुडला होता. शेजारीच मॉर्निंग वॉकला घेऊन जाण्यासाठीची त्यांची नेहमीची काठी ठेवलेली दिसत होती. दुसऱ्याची दु:खे आपल्या शिरावर सातत्याने वाहणाऱ्या या माणसानं अखेरचा निरोप घेतला होता. त्याच्या एकटेपणाचं मला दु:ख झालं. ते कधी कुणाला मात्र त्यांनी सांगितलं नाही. दुसऱ्याला आधार, आनंद व संस्कार देणाऱ्या या माणसाविषयी म्हणूनच मनात एक श्रद्धेचं स्थान निर्माण झालं. राजाभाऊ गेले, त्यांच्या अनेक आठवणी मागे ठेवून, अनेकांची दु:खे स्वत:बरोबर घेऊन व अनेकांना आनंदी राहण्याची प्रेरणा देऊन. त्यांच्या अंत्ययात्रेत सगळा गाव लोटला होता— एक आधारवड गेल्याचं दु:ख करीत डोळ्यांतील अश्रूंना वाट करून देत.

- ० -

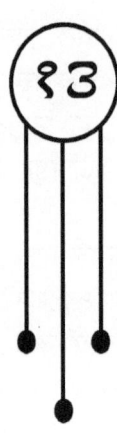

१३

एका झाडाची गोष्ट

काही दिवस झाले. मोठ्ठं वादळ येऊन गेलं. आमच्यासमोरचं आंब्याचं एक झाड मुळासकट उन्मळून पडलं. एवढं मोठं आंब्याचं झाड आपल्या अवाढव्य पसाऱ्यासह एकदाच मोठा आवाज करून शांत झालं होतं. मोकळी जागा बघून कशाचंही नुकसान न करता जणू त्यानं जमिनीचा आधार घेतला होता, असं वाटलं. खूप वाईट वाटलं. गेली वीस वर्षे या झाडाशी माझी ओळख होती. उंच, विस्तीर्ण, डेरेदार, हिरवंगार असं हे झाड रात्रीच्या नीरव शांततेत आपल्या सळसळणाऱ्या पानांनी आपल्या अस्तित्वाची जाणीव करून देत असे. या आवाजाची आम्हाला सोबत वाटत असे. पानांच्या या सळसळीला एक नादमधुर लय असे.

शरद संपता-संपता ते फुलांनी मोहरून जात असे. या मोहरलेल्या फुलांचा एक सुगंध आसमंतात दरवळू लागला की, साऱ्या आसमंतात जणू या आम्रवृक्षाचे राज्य असे. थोड्या दिवसांनी फांद्या हिरव्याकंच कैऱ्यांनी भरून जात. एखाद्या तृप्त मातेच्या चेहऱ्यावरची स्निग्ध छटा जणू या मातृवृक्षावर विलसत असे. मग काही दिवस लहान-लहान गळून पडलेल्या कैऱ्यांचा सडा झाडाखाली पडत असे. त्या गोळा करण्यासाठी लहानग्यांची गर्दी होत असे. या छोट्या-छोट्या कैऱ्यांनी मोठ्या पोरांचे समाधान होत नसे; मग ही पोरं झाडावर दगड मारून मोठमोठ्या कैऱ्या पाडत. हा धुडगूस काही दिवस चाले.

एकदा फळे मोठी झाली की मग आजूबाजूच्या घरांतील तरुण एकत्र येत. झाडावर चढून सावकाश आंबे उतरवीत. मग

त्यांची मोजदाद होत असे व सगळ्या घरांमध्ये त्यांची वाटणी होई. सगळ्यांना गोड आंब्याची चव चाखायला मिळे. या दिवसांत पक्ष्यांचे थवेच्या थवे झाडावर असत. तेही या गोड फळांची मजा चाखत. या झाडाचे हे आनंददायी कृतार्थ रूप मी अनेक वर्षे पाहिले.

गेल्या पाच-सहा वर्षांपासून मात्र हे सर्व बदलले. हा वृक्ष-परिसर कोणी तरी विकत घेतला. जागेची मालकी बदलली. झाड कोणाच्या तरी मालकीचे झाले. जागेला कुंपण आले. झाडाखाली पहारा बसला. झाड मोहोरले की, त्यावर लक्ष ठेवण्यात येऊ लागले. लहान कैऱ्या गळू नयेत, म्हणून फवारणी होऊ लागली. कैऱ्या गळायच्या थांबल्या. लहानगी दुरून बघू लागली. कैरी खाण्यासाठी झाडाच्या मालकिणीला पैसे मोजू लागले. फळे मोठी झाली तशी रात्रभर गस्त सुरू झाली. फळे काढणीला आली तसे मजुरांना झाडावर चढवले गेले. फळे ओरबाडून काढण्यात येऊ लागली. फांदीच्या टोकावरचे फळ जीव धोक्यात घालून गड्यांकडून काढण्यात येऊ लागले. झाडांवरचे पक्ष्यांचे थवे दिसेनासे झाले. फळांच्या करंड्या विक्रीसाठी बाजारात जाऊ लागल्या. झाड जणू गुलाम झालं होतं... फळे देणं त्याचं काम झालं होतं. पक्ष्यांसाठी, मुला-माणसांसाठी आनंदाची मुक्त उधळण जणू त्यानं संपविली होती. परिसरातील लोकांचं झाडाशी असलेलं नातं जणू दुरावलं होतं. झाडाकडे बघून जाता-येता होणारं ओळखीचं हसू संपलं होतं.

"गेली दोन-तीन वर्षे मोहोर गळून जातो. फळं कमी धरतात. नुकसान होतयं..." मालकीणबाई सांगत होत्या. ते प्रसवत होतं केवळ निसर्गनियम म्हणून. कोणाला आनंद देण्यासाठीचं प्रसवणं केव्हाच संपलं होतं. अशा प्रसवण्यासाठी जगण्यापेक्षा त्यानं काही दिवसांपूर्वी आलेल्या वादळाला मिठीत घेतलं आणि मुळासकट शांतपणे स्वत:ला संपविलं.

- o -

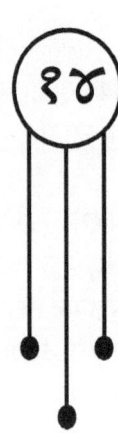

१४

लहानपणातील सणांचे मंतरलेले दिवस

चैत्र शुद्ध प्रतिपदेला आपण गुढी पाडवा असे म्हणतो. या दिवशी गुढीसाठी रानात जाऊन मोठी काठी तोडून आणायची असते. सकाळी-सकाळीच बाबांबरोबर जाऊन ही काठी आणायचा एक आनंद लहानपणी पाडव्याचा दिवस यायच्या आधीपासून मला व्हायचा, हे मला आजही आठवतं. माझे बाबा सहजपणे धारदार कोयत्याने काठी तोडायचे आणि मग आम्ही दोघेही घरापर्यंत एक टोक बाबांच्या हातात व एक टोक माझ्या हातात— अशी एखादा मोठा पराक्रम करून वीरश्री मिळविल्यासारखी मिरवत आणायचो. गुढीची काठी घरी आली की, माझी आई ती काठी ओल्या फडक्याने स्वच्छ पुसून काढत असे. घरासमोरच्या अंगणात छान रांगोळी काढत असे. एक नक्षीदार पाट मांडलेला असे. घराच्या दरवाज्यावर आंब्याचे तोरण बांधलेले असे. तोपर्यंत बाबांची आणि माझी अंघोळ होत असे. देवपूजा झाली की, बाबा गुढीला सजवत. भगव्या शेंदरी रंगाचे नवे वस्त्र गुढीला परिधान करत. चांदीच्या भाड्याला कुंकवाची पाच बोटे ओढत, फुलांचा हार घालत, कडुलिंबाच्या पानांचा गुच्छ बांधत व एक साखरेच्या गाठीची माळही घालत. मग गुढी एखाद्या ध्वजासारखी देखणी दिसे. नक्षीदार पाटावर ती उभी करत. गुढी उभी राहिली की, आमचे खेड्यातले कौलारू घर राजवाड्यासारखे सजे. बाबा गुढीची यथासांग पूजा करत. आई, आम्ही भावंडं गुढीला नमस्कार करीत असू. मग आईची स्वयंपाकाची घाई सुरू होई. दोन दिवसांपासून एका शुभ्र कापडात बांधून ठेवलेल्या चक्क्याची सोडवणूक होई

आणि आई त्याचे छान केशरी श्रीखंड तयार करीत असे. तोपर्यंत बाबा पंचांगाचे वाचन करीत आणि मग श्रीखंड-पुरीचा नैवेद्य घरातल्या देवाला गुढीला दाखविला जाई.

सगळं लहाणपण असं अनेक सणांच्या संस्कारांनीच जणू भारून गेलं होतं. हरभऱ्याच्या वाटल्या डाळीसाठी व आंब्याच्या पन्ह्यासाठी आम्ही चैत्रातल्या बायकांच्या हळदी-कुंकवाची वाट पाहत असू. रामनवमीला रामाच्या देवळात दर वर्षी होणाऱ्या रामजन्मोत्सवाच्या सुंठवड्याची चव आजही जिभेवर तशीच रेंगाळत आहे. हनुमान जयंतीच्या दिवशी पहाटेच मारुती मंदिरात होणारा जन्मोत्सव व त्या दिवशीचा सूर्योदय आणि मारुतीचे सूर्याशी असलेले फलद्रूप नाते डोक्यात अजूनही पक्के बसले आहे. भर पावसाळ्यात येणारी वट पौर्णिमा... आईने नेसलेली भरजरी साडी, तिने नाकात घातलेली मोत्यांची नथ, तिने हातात घेतलेले पूजेचे साहित्य असलेले चांदीचे तबक व तिने हळुवारपणे वडाच्या झाडाला घातलेल्या फेऱ्या... पूजेहून आल्यावर आम्हा भावंडांना वाटलेले फणसाचे गरे आजही पक्के आठवणीत राहिले आहेत. श्रावणातले सोमवार हे शाळेतून लवकर घरी येण्यासाठीच येतात, ही माझी पक्की समजूत आजही तशीच आहे. तसेच त्या दिवशीची अरण्येश्वरची रिमझिम पावसातील सहल कधीच विसरता येत नाही. त्या दिवशीची साबूदाण्याची खिचडी, राजगिऱ्याचे लाडू पोटात घर करून आहेत. नागपंचमीच्या दिवशीची 'नागोबाला दूऽऽऽध' ही ललकारी आजही नकळतपणे मनाला त्या दिवसांत पुन्हा घेऊन जाते.

नंतर गणपतीच्या दिवसांची प्रतीक्षा सुरू व्हायची. गणपतीच्या बिनरंगाच्या कच्च्या शाडूच्या पांढऱ्या मूर्ती कलाकार फिरत्या चाकावर ठेवून फिरवून-फिरवून त्यांना आकार देताना आजही दिसतात. त्यांतील एक मूर्ती आपल्या घरी यायची असते. जाता-येता दुकानात उगाचच डोकावून आपण ती पाहत असतो. तिच्या आगमनाच्या दिवशी सकाळी लाल रंगाचा पाट घेऊन, त्यावर पानाचा विडा ठेवून, एक रेश्मी वस्त्र बरोबर घेऊन आणि डोक्यावर टोपी घालून आम्ही गणेशाला घरी घेऊन येत असू. गणपती घरी आले की, आई त्याची दृष्ट काढीत असे. तो सजविलेल्या मखरात स्थानापन्न झाला की त्याची यथासांग पूजा-अर्चा, आरत्या, मंत्रपुष्पांजलीचा जयघोष, उकडीच्या एकवीस मोदकांचा नैवेद्य, सहस्त्रावर्तने, भजने, जागरणे... त्यांच्याबरोबरच होणारे गौरीचे आगमन व टाळ-मृदंगाच्या गजरात त्याचे होणारे विर्सजन... हे सगळे मंतरलेले दिवस असायचे.

नंतर येणारे नऊ नवलाईच्या दिवसांचे नवरात्र यायचे. पाऊस कमी होऊन निरभ्र निळे आकाश साकारायचे व गरब्याचा फेर रंगात यायचा. 'ऐलमा

पैलमा गणेशदेवा, तुझा खेळ मांडीला, करीन तुझी सेवा', 'एक लिंबू झेलू बाई, दोन लिंबू झेलू'... असे म्हणत मुली भोंडल्याचा खेळ मांडायच्या, फेर धरायच्या. रोज नवीन घरी नवी खिरापत असायची. नवरात्र संपता-संपता झेंडूच्या केशरी फुलांचा दसरा यायचा. शाळेत पाटीपूजन व्हायचे, घरातली अवजारे पुजली जायची, रानात जाऊन आपट्याच्या झाडांची पानं आणायची व सोनं म्हणून ती मित्रांना वाटायची. 'लहानांनी पराक्रम करून सोनं आणून मोठ्यांना द्यायचं असतं' आणि त्याबदल्यात मोठ्यांनी 'संक्रांतीच्या तिळगुळाचा खाऊ लहानग्यांना द्यायचा असतो', असं आजी सागांयची.

मग यायची दिवाळी... सणांची राणीच... जणू! खमंग फराळाचा सुगंध दिवाळीची चाहूल द्यायचा. आईनं तिच्या मऊ हातांनी घातलेली पहाटेची अंघोळ, केलेलं औक्षण, अंघोळीच्या वेळेस ताईनं लावलेल्या फुलबाज्यांच्या चांदण्या, घराच्या अंगणात प्रकाशलेला आकाशकंदील, नातलग मंडळींचं येणं-जाणं, सगळ्यांनी मिळून केलेला फराळ, पाडव्याला बाबांनी आईला घेतलेली छान साडी आणि भाऊबीजेच्या ओवाळणीत ताईला घातलेली शंभराची घसघशीत नोट... हे सगळं-सगळं आजही मनात कोरून ठेवलेल्या लेण्यासारखं जिवंत आहे.

लहानपणातील या मंतरलेल्या सणांच्या दिवसांची जादू आता हळूहळू ओसरू लागली आहे का, असं मला अलीकडे वाटू लागलं आहे. नात्यांचे बंध व संस्कारही हळूहळू संपणार की काय, अशी वेदना मनाला लागून राहिली आहे. लहानपण सरलं, पण दर वर्षी सण तर येतच राहणार; त्यातला आनंदाचा ठेवा मात्र केव्हाच संपलेला आहे. आज या सणांची केवळ औपचारिकता राहिलेली आहे. कर्मकांडं उरकली जातात. वृद्धत्वाकडे झुकलेल्या, थकलेल्या आई-वडिलांचा उत्साह मावळतीकडे कलू पाहतोय. चंगळवादी तरुण पिढीला सणांचं अप्रूप राहिलेलं नाही. त्यांतील संस्कार व आनंद त्यांच्यासाठी केवळ एक निरर्थकपणा आहे. जुन्या पिढीच्या त्या कष्टमय दिवसांत सण यायचे ते त्यांच्या दु:खावर हळुवार फुंकर घालण्यासाठी, त्यांचे कष्ट सुसह्य करण्यासाठी. आता सगळे सण कॅलेंडरवर रांगेत उभे असतात— लाल रंगांत... त्या दिवसाला धरून सुट्टी घेण्यासाठी व एखादी पिकनिक एन्जॉय करण्यासाठी. सण, वार, देव, संस्कार या संकल्पना आता कालबाह्य झाल्या आहेत. एकच सण वर्षभर साजरा होत असतो— शिमग्याचा. आज याच्या नावाने, उद्या त्याच्या नावाने!

- ० -

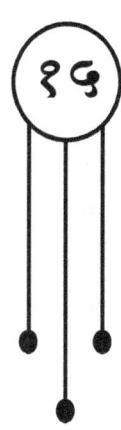

१९

पूजा

गावकीच्या सत्यनारायणाच्या महापूजा असतात. गावाच्या असतात, म्हणून त्यांना ‘महापूजा’ असं म्हणायचं, इतकंच. एरवी त्या साध्या-सुध्याच असतात. त्याचं बोलावणं करणारी मंडळी घरापर्यंत येऊन आग्रहाचं आमंत्रण देतात. मी त्यांचा मान राखतो. पूजेसाठी कोणतंही कारण असावं लागत नाही. गावातल्या लोकांनी एकत्र यावं, काही तरी पवित्र धार्मिक कार्य घडावं, इतका साधा हेतू असतो. गावात पूजेच्या तयारीच्या कामांची वाटणी केलेली असते. एखाद्या नव्याने लग्न झालेल्या जोडप्याला पूजेचा मान दिला जातो. गावातल्या मारुतीच्या मंदिरात नाही तर काळभैरवनाथाच्या मंदिरात पूजा ठेवलेली असते. पूजेला लागणाऱ्या विड्याच्या पानांपासून सुपाऱ्या,नारळ, तांदूळ, हळद, पिंजर, पंचामृत, फुले, तुळशी वगैरे साहित्याची जमवाजमव भटजी आल्यावर सुरू होते. ही जमवाजमव सगळीच होते, असंही नाही. चौरंगाभोवती चार कर्दळी उभ्या राहिल्या की चौरंगावर देव आसनस्थ होतो व वातावरण भारून जातं. नक्षीदार रांगोळ्यांनी देऊळ सजतं. प्रसाद शिजवण्यासाठी जवळच चुल्हा पेटलेला असतो. त्यावर शिऱ्याचा प्रसाद शिजवतात. शिऱ्याचा खमंग व गोड सुवास गावात सण असल्याची जाणीव करून देतो. लोक देवळात जमू लागतात.

पूजा म्हटली की लाऊड-स्पीकर हवाच. लाऊड-स्पीकरवरून दुपारी बारा वाजता ‘उठी उठी गोपाळा!’ सुरू होते. गावात पूजा सुरू झाल्याचे गावातील म्हाताऱ्या मंडळींना समजते. मग सगळा

गाव पोरासोरांसह देवळाकडे लोटतो. मुलांच्या दंगामस्तीला हुरूप येतो. तेवढ्यात माईकचा ताबा भटजी घेतात व मंत्रोच्चार सुरू होतात. गावातील ज्येष्ठ, वृद्ध, मानकरी मंडळी पूजेच्या जवळपास बसून भक्तिभावाने देवाच्या माहात्म्याची गोष्ट कानात प्राण आणून ऐकतात. सगळ्यांच्या चेहऱ्यावर कृतार्थतेचा आनंद दिसतो. पूजा आटोपली की, तीर्थ -प्रसाद दिला जातो. पूजेसाठी मुद्दाम आल्याबद्दल गावकऱ्यांना झालेला विलक्षण आनंद त्यांच्या डोळ्यांतून प्रतीत होतो. जेवणाचा आग्रह होतो. हे सगळं अनुभवणं सुखावह असतं. लोकांच्या भाबडेपणात मला देवाचं खरं दर्शन घडतं.

श्रावण महिन्यात घरोघरीही पूजा होत असतात. त्यासाठी काही विशेष कारणेही असतात. प्रमोशन मिळाल्याच्या आनंदाप्रीत्यर्थ माझ्या एका स्नेह्याने घातलेल्या पूजेचं आमंत्रण आलं, म्हणून मी पत्नीसह पूजेला त्यांच्या बंगल्यावर गेलो. बंगल्याच्या व्हरांड्यात जमलेल्या चपलांच्या ढिगाऱ्यावरूनच मला आतील गर्दीची कल्पना आली. गर्दीत शिरलो व पूजेसाठी दर्शन घेणाऱ्यांच्या एका रांगेत आम्ही उभे राहिलो. शिसवीच्या कोरीव सुंदर देव्हाऱ्यात पूजा मांडली होती. चांदीच्या समयांमध्ये ज्योती प्रकाशल्या होत्या. तीर्थ-प्रसाद देण्याचं काम कोणी अनोळखी तरुण मुले करीत होती. आम्ही तुळशीपत्रांमध्ये झाकलेल्या नारायणांचं भक्तिभावाने दर्शन घेतलं. तीर्थ-प्रसाद घेतला व बैठकीची व्यवस्था केली होती, तिकडे बसण्याची सूचना मिळाल्यावर वळलो.

तेवढ्यात घरच्या मालकीणबाईंचे आमच्याकडे लक्ष गेले. 'या! या! आलात, बरं वाटलं! श्रावण अनायसे चालू आहे. आणि आमचे हे मॅनेजर झाले ना! म्हटलं, पूजा घालून टाकावी. तेवढंच सगळ्यांना त्या निमित्तानं घरी बोलावता येतं!' असं म्हणून त्यांनी त्यांच्या गौरकांतीवर नेसलेल्या नव्या शालूचा पदर नीट केला व गळ्यातला नेकलेस सारखा करण्यासाठी मानेला एक नाजूक झटका दिला. 'आम्ही नवीन केलेलं इंटिरिअर डेकोरेशन तुम्ही पाहिलं ना? या दाखवते ना?' असं म्हणून त्यांनी आम्हाला वरच्या मजल्यावरच्या प्रशस्त हॉलमध्ये नेलं.

आम्हा दोघांनाही त्यांच्या इंटिरिअरमध्ये स्वारस्य नव्हतं. पूजा घालून टाकली, हे त्यांचं बोलणंही खरं म्हणजे मला आवडलं नव्हतं. पण कधी कधी आपला नाइलाज असतो. त्यांचं ते महागडं इंटिरिअर पाहताना, मला कोठे साहेब दिसेनात, म्हणून मी त्यांची चौकशी केली. 'अहो, काही विचारू नका! जेमतेम पूजेला बसले, तर सारखे कंपनीचे फोन वर फोन! त्यांचे डायरेक्टर

बोर्डाचे सगळे बडे लोक घरी येणार होते ना? त्यांची बडदास्त ठेवायला पाहिजे, म्हणून यांची सारखी धावपळ चालू होती. आमची ड्रॉइंग रूम ए.सी. करून घेतली. व्हाईस प्रेसिडेंटपासून सगळे आले आहेत. त्यांची ड्रिंक्स चालू आहेत, त्यांच्या व्यवस्थेत ते बिझी आहेत. त्यांच्या मॅडमही आल्या आहेत. मलाही तिकडेच जायचंय, पण तुम्हाला पाहिलं म्हणून मी इकडे आले. शेवटी आपली रोजची माणसंही सांभाळायला नकोत का?' आमचे होकारार्थी उत्तर गृहीत धरणारा त्यांचा प्रश्न! आम्ही त्यांची गैरसोय ओळखली व निरोप घेतला.

मला एखाद्या खेडेगावातल्या भाबड्या पूजेला पुन्हा जाऊन दर्शन घ्यावं आणि शूचिर्भूत व्हावंसं वाटलं.

- ० -

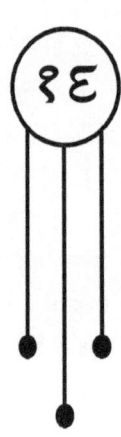

१६

देवाचं दर्शन!

तो अशिक्षित आहे, त्यामुळे त्याच्यावर वाचनाचे संस्कार नाहीत. त्याच्या घरची अत्यंत गरिबी आहे. तो एका खेड्यात राहतो. त्या ठिकाणी सातत्याने दुष्काळ असतो. त्याची थोडीशी शेती आहे, पण शेतीत काही पिकत नाही. कुटुंब जगवण्यासाठी त्यांना भटकंती करावी लागते. अनेक सोंगे आणावी लागतात. तो कलाकार आहे. लोकांचे रंजन करून तो पोट जाळतो. पोटात भुकेची आग ठेवून चेहऱ्यावर आनंद ओसंडू देतो. वर्षातील सात-आठ महिने त्याला घरापासून दूर राहावे लागते. दर वर्षी पावसाळा संपला की, तो कोकणात येतो.

या वर्षी तो लवकर आलाय. परवा घरी आला. हात जोडून नमस्कार करीत हसत-हसत माझी त्याने चौकशी केली व म्हणाला, 'काय साहेब, कसं काय?' मी म्हटलं, 'ठीक आहे.' स्वत:चे काही ठीक नसताना माझ्यासारख्या अनेकांची विचारपूस तो करतो. मी म्हटलं, 'या वर्षी लवकर?' तो म्हणाला, "या वर्षी पाणी नाही पडलं, शेतं ओस पडलीत, काम न्हाई! म्हटलं, लवकर उतरावं!"

काळा-सावळा, म्हातारपणाकडे झुकलेल्या वयाचा, तरीही चमकदार डोळ्यांचा व हसऱ्या चेहऱ्याचा. हसताना चेहऱ्यावरच्या सुरकुत्यांची गमतीदार हालचाल मी निरखीत त्याला बसा म्हणालो. तो संकोचला. पुन्हा मी म्हटलं, 'बसा!' थंडगार पाणी आणून दिलं. पाणी घटाघटा पिऊन तो शांत झाला. 'कधी आलात?' मी विचारलं. 'कालच आलो.' त्याने सांगितलं.

त्याचं काय काम आहे व मुक्काम किती आहे, हे विचारायची

गरज नव्हती. कारण पाऊस संपला की, त्याचा मुक्काम कोकणात असतो. मजल-दरमजल करीत सात-आठ महिने त्याची भटकंती असते. ही भटकंती केवळ पोट जाळण्यासाठी असती, तर फारसं कौतुक वाटलं नसतं. पण या अशिक्षित माणसावर परोपकाराचे व माणुसकीचे जे संस्कार आहेत, त्यांचं नवल वाटतं. घरची गरिबी असून व घरात कोणीही शिक्षित नसून हे संस्कार कोणी घडवले, असा प्रश्न पडतो. मुळातच माणूस म्हणून वागण्याची माणसाची प्रवृत्ती असते. त्यासाठी चार बुकं शिकावी लागतातच, असे नाही. किंबहुना, सुशिक्षित म्हणवून घेणारे अधिक स्वार्थी व अमानुषपणे वागताना दिसतात वगैरे अनेक विचार त्याच्या भेटीनंतर मला अस्वस्थ करून गेले.

माझ्याकडे आलेला 'तो' एक बहुरूपी कलाकार आहे. गेली चाळीस वर्षे महाराष्ट्रात त्याचा सर्वत्र संचार असतो. कधी पोलीस अधिकारी, कधी इन्कमटॅक्स अधिकारी, तर जप्तीची ऑर्डर देणारा कोर्टाचा बेलिफ म्हणून तो सोंग आणतो. आपल्या हुबेहूब अभिनयानं भल्याभल्यांची तो गाळण उडवितो आणि नंतर बहुरूपी असल्याचे सांगतो. केलेल्या करमणुकीची बक्षिसी मागतो.

ही बक्षिसी केवळ स्वत:साठी नसते, हे विशेष. या बक्षिसीतून तो त्याच्यासारख्याच अनेक गरिबांसाठी खर्च करतो. शाळेतील गरीब विद्यार्थ्यांना गणवेश देईल, कुणाला पुस्तके घेऊन देईल, कुणाला वह्या घेऊन देईल, एखाद्या आश्रमशाळेतील विद्यार्थ्यांना एकवेळ जेवण घालील, एखाद्या संस्थेला गरीब विद्यार्थ्यांसाठी एखाद्या महिन्याचे धान्य भरून देईल... हे असं व्रत गेली चाळीस वर्षे त्यानं अंगीकारलं आहे. मी एक फाटका गरीब आहे; मग मी दुसऱ्याला काय मदत करणार, असा प्रश्न त्याला पडत नाही. मला मिळते, त्यातील अर्धी भाकरी मी वाटून टाकतो, असं तो म्हणतो. स्वत: अर्धपोटी राहून केलेलं हे दान मोलाचं आहे. अक्षरओळखही नसलेल्या या माणसावरचे हे संस्कार उपजत आहेत. त्याच्याकडे संवेदनशील मन आहे. शिक्षणाचं महत्त्व त्याला कळलंय; म्हणून स्वत:ला जे मिळालं नाही, ते घेण्यासाठी दुसऱ्याला मदत करण्याची साधी-सोपी गोष्ट सातत्याने तो करीत असतो. त्यात विशेष काही करतोय, ही भावना त्याला ठाऊक नाही.

एका अशिक्षित फाटक्या माणसाचं हे काम व त्याच्यावरचे संस्कार एखाद्या गर्भश्रीमंत पंडिताकडेही दिसून येत नाहीत. म्हणूनच त्याच्या इच्छेनुरूप त्याच्या झोळीत मी भर घातली. त्याच्यातच मला देवाचं दर्शन झालं.

- ० -

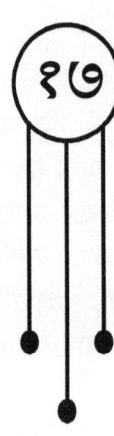

१७

जाणीव

दहावीचा निकाल लागला. जवळच्या खेड्यातील एका विद्यार्थिनीला चांगले गुण मिळाले, म्हणून मुद्दाम भेटायला गेलो. या खेड्यातून दररोज तीन किलोमीटर चालत शाळेत येणारी ही विद्यार्थिनी. आई-वडील मजुरी करतात. हातावर पोट असतं. घरात बसायला खुर्ची नाही. पाऊस पडत होता. कौलांतून पाणी गळू नये म्हणून कौलांवर मेणकापड अंथरलं होतं. शेणानं सारविलेल्या जमिनीला दमटपणा होता. त्यावर सतरंजी टाकून आम्ही बसलो. या लहानशा जागेत पावसापाण्यात कशी राहत असतील ही माणसं? कसा अभ्यास केला असेल सुरेखानं? ...माझ्या मनात आलं.

आम्ही अचानकपणे आल्यामुळे ती गडबडून गेली होती बिचारी. 'सुरेखा, अभिनंदन! तुला ऐंशी टक्के गुण मिळाले. तुझं खूप कौतूक वाटलं, म्हणून मुद्दाम तुझं अभिनंदन करायला आम्ही सगळे आलो!' मी म्हटलं. बरोबर नेलेल्या पेढ्यांच्या बॉक्समधून मी तिच्या तोंडात पेढा भरवला. तिला खूप आनंद झालेला तिच्या चेहऱ्यावर मला दिसला. तिने वाकून नमस्कार केला. तिच्या आई-वडिलांच्या डोळ्यांत मला अश्रू दिसले. सगळं घर जणू आनंदानं भरून गेलं होतं.

सुरेखाचा मोठा भाऊ मोहन मतिमंद आहे, हे मला माहीत होतं. त्याच्या वेडसर कृती या आनंदाला छेद देणाऱ्या होत्या, असं क्षणभर मला उगाचच वाटून गेलं. पण मी स्वत:ला सावरलं. 'मोहन, हा घे पेढा!' मी त्यालाही पेढा दिला. पण त्यानं माझ्या

हातातला पेढ्याचा बॉक्स जोराने हिसकावून घेतला. काही पेढे जमिनीवर सांडले. सुरेखाच्या वडिलांना हे सर्व पाहून वाईट वाटलं असावं. ते झट्कन पुढे आले व त्यांनी मोहनवर हात उगारला. मी त्यांचा हात धरला व 'असू दे! त्याला काय कळतंय?' असं म्हटलं. सुरेखा व तिच्या आईने मोहनला घरात नेलं. थोड्या वेळानं सुरेखा बाहेर आली.

'काय सुरेखा, पुढे काय करायचं ठरविलं आहेस?' मी विचारले. 'अजून काही नाही.' तिच्या चेहऱ्यावर आनंदापेक्षा काळजीचं सावट मला दिसले. 'काही काळजी करू नकोस; आम्ही तुझ्या पाठीशी आहोत. तुला पुढे काय करायचं आहे, तेवढं सांग.' मी म्हटलं.

'काका, मला नोकरी लागण्यासाठी आवश्यक तेवढंच सध्या शिकायचं आहे. आई-बाबांना करायला लागणाऱ्या कष्टातून मला त्यांची सोडवणूक लवकर करायची आहे आणि मोहनवर चांगला इलाज करायचा आहे. इलाज करून त्याच्यात फरक पडला, तर बरं होईल. पण नाही पडला तरी त्याला आयुष्यभर सांभाळता येईल एवढं मला करता यावं, इतकंच मी सध्या ठरविलं आहे. ते करण्यासाठी आवश्यक तेवढं मला शिकायला हवं. आई, बाबा व मोहनदादा यांच्याशिवाय माझं स्वत:च करिअर/शिक्षण फार महत्त्वाचं आहे, असं मला खरंच वाटत नाही.' सुरेखा बोलत होती. तिच्या छोट्या वयात तिला आलेली मोठी समज पाहून व तिचं तिच्या कुटुंबावरचं प्रेम पाहून मला गहिवरून आलं. अकरावीसाठी जवळच्या ज्युनिअर कॉलेजात जायचं तिनं मान्य केलं, तेव्हा सर्वांचा निरोप घेऊन आम्ही परतलो.

गुणवत्ता यादीतील विद्यार्थ्यांच्या मुलाखतींनी वर्तमानपत्रे भरली होती. डॉक्टर, इंजिनिअर होऊन रग्गड पैसा मिळवायची सुप्त मनीषा या मुलाखतींतून व्यक्त होत होती. कोणाला कलेक्टर बनून मान-मरातब मिळवायचा होता, तर कोणाला वकील होऊन आंधळ्या न्यायदेवतेची कृपा संपादन करायची होती. शिक्षक होऊन विद्यार्थी घडविणं, सैनिक घेऊन देशसेवा करणं, संशोधक होऊन मानवी दु:खे कमी करणे, बाबा आमटेंसारखं पीडितांसाठी आयुष्य वेचणं— या सर्व संकल्पना करिअरच्या व्याख्येतून हद्दपार झाल्यासारख्या वाटल्या. रग्गड पैसा करणाऱ्या करिअरसाठी शिक्षण— हे शिक्षणाचं फलित आहे की, आपल्या आई-वडील व विकलांग भावासाठी काही करण्याची जाणीव ही शिक्षणाची खरी उद्देशसफलता आहे, हेच कळेनासं झालं.

- ० -

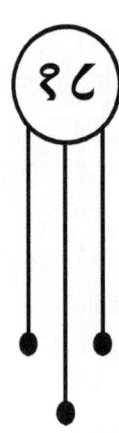

१८

ती दोघे

माझ्या परिचयातल्या एका कुटुंबाच्या घरी दिवाळीनिमित्त गेलो होतो. मोहनराव फोनवर बोलत होते. रेखाताई जवळच कोचावर बसल्या होत्या. पलीकडून त्यांचा मुलगा सुभाष बोलत असावा. बराच वेळ त्यांचे बोलणे चालू होते. "अरे, दोन दिवस तरी आला असतास, तर बरे वाटले असते. आता कशाला सिंगापूर टूर काढायची? अरे, व्हेकेशनचे दोन दिवस आमच्याबरोबर राहिला असतास, तर आम्हाला बरे वाटले असते! तू पाठविलेले भेटीचे पार्सल काल कुरिअरने मिळाले, ते अजून उघडूनही पाहिलेले नाही.... आमच्या तब्येती आता काही सुधारायच्या नाहीत.... तुझ्या आईच्या संधिवाताने पुन्हा डोकं वर काढले आहे..." वगैरे वगैरे त्यांचे बोलणे माझ्या कानावर पडत होते. फोन संपला आणि मोहनरावांनी मला 'सॉरी' म्हटलं. रेखाताईंनीही मला बसायला सांगितलं. फराळाचं म्हणून काही तरी आण्यासाठी रेखाताई कोचावरून उठल्या. उठताना त्यांनी त्यांचे दोन्ही हात गुडघ्यावर ठेवून आधार घेतला.

"आईऽ गं...." असे कळवळून म्हणत त्या उठताना मी पाहिले. "ताई, बसा! मला फराळाचं नको; मी फक्त भेटायला, तुमच्याशी बोलायला व शुभेच्छा द्यायला आलो आहे!" मी म्हटलं, पण रेखाताईंनी ऐकलं नाही.

वयाची सत्तरी पार केलेलं हे दांपत्य. मोहनरावांच्या निवृत्तीनंतर गेली दहा-बारा वर्षे दोघेच राहतात. एकुलता एक मुलगा सुभाष बंगलोरला असतो. एका मोठ्या कंपनीत लठ्ठ पगाराची तो नोकरी

करतो. त्याचं शेड्युल बिझी असतं. त्याची पत्नी रियाही नोकरी करते. ती जन्मानं ख्रिश्चन आहे. त्यांचा एकुलता एक मुलगा इंग्लिश मीडियममध्ये शिकतो. त्याच्या दीपावली व्हेकेशनमध्ये या वर्षी त्यांनी सिंगापूरला जाण्याचे ठरवलं आहे. प्रत्येक व्हेकेशनमध्ये प्री-प्लॅन्ड टूर्स ते करतात. सण आले की, ड्रायफ्रूट्सची पार्सल्स ते मोहनरावांना आठवणीनं पाठवितात. अधून-मधून पैसेही पाठवतात आणि प्रकृतीची काळजी घ्यायला सांगतात. गेली अनेक वर्षे हे असंच चाललंय.

मोहनराव, रेखाताई व त्यांचा मुलगा— सुभाष हे आमच्या सोसायटीतलं एक आदर्श त्रिकोणी कुटुंब. मोहनरावांची नोकरी चांगली असल्यामुळे सांपत्तिक स्थिती उत्तम. एकुलत्या एक मुलाला त्यांनी खूप शिकवलं. रेखाताईंचा प्रत्येक सणाचाच उत्साह, त्यांचा कोणालाही हेवा वाटावा असा असायचा. दसरा संपला की दिवाळीची धामधूम सुरू व्हायची. घराची रंगरंगोटी, सजावट, पाहुण्यांचा राबता, फराळाची रेलचेल, फटाक्यांची आतषबाजी, रांगोळ्यांची स्पर्धा, लक्ष्मीपूजनाचे मंगलमय वातावरण... यामध्ये हे कुटुंब दंग असायचे. सोसायटीतील सुभाषच्या वयाच्या सगळ्या मुलींना भाऊबीजेची ओवाळणी जात असे.

हे सगळं मला रेखाताईंच्या थकलेल्या आणि संथगतीने पावले टाकणाऱ्या पाठमोऱ्या आकृतीकडे पाहून आठवलं. दिवाळीचा सण होता, पण घरात नैराश्याचा काळोख दाटून आल्यासारखं वाटलं. घराच्या भिंतींवरून कित्येक दिवसांत रंगाचा ब्रश फिरला नव्हता. जुन्या मौल्यवान वस्तूंवरची धूळ तशीच दिसत होती. देवापुढचे तेवणारे निरंजन हीच दीपोत्सवाची एकमेव खूण दिसत होती. पोस्टाने आलेल्या शुभेच्छा कार्डांचा ढीग टी-पॉयवर पडला होता. सुभाषने पाठविलेल्या ड्रायफ्रूट्सचे पार्सल बंद स्थितीत टेबलावर पडले होते.

मोहनरावांना व रेखाताईंना मी दिवाळीच्या औपचारिक शुभेच्छा दिल्या खऱ्या, त्यांनी शांतपणे स्वीकारल्याही; पण मला मात्र त्यांचे आक्रंदन त्यांच्या उभयतांच्या डोळ्यांतून जाणवत राहिले.

- ० -

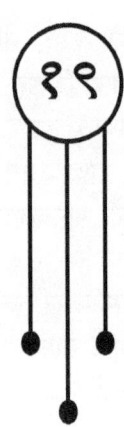

१९

संस्कारांचे देव

आमच्या लहानपणी एक पांडुरंगमामा होते. आमच्या वाड्यातील एका कुटुंबात ते राहत असत. त्या कुटुंबाचे ते कोणी नातलग होते की नाही, हा प्रश्न त्या वेळी आमच्या बालमनाला पडला नाही. आजही ते आम्हाला माहीत नाही. पूर्वीच्या मोठ्या एकत्रित कुटुंबात अशी माणसे त्या कुटुंबाचा एक भाग म्हणून राहत असत. पाच-साडेपाच फुटांची उंची, बळदंड अंगकाठी, घारे डोळे, गौरवर्णीय, स्वच्छ पांढरे धोतर नेसलेले व पातळ कापडाचा नेहरू सदरा घातलेले पांडुरंगमामा मला आजही आठवतात, ते त्यांनी आमच्यावर केलेल्या अनेक संस्कारांमुळे. त्या वेळी मुले व मोठी माणसे यांच्यामध्ये बरेच मानसिक अंतर होते. अशा वेळी पांडुरंगमामा मात्र आम्हाला कधी मोठे वाटलेच नाहीत, कारण ते मोठ्या माणसांत नसतच. त्यांची मैत्री आम्हा लहान मुलांशीच असे. आमच्याबरोबर ते विटीदांडू खेळत, लंगडी घालत, पाठशिवणीचा खेळ खेळत. आमच्या वाड्या पाठीमागच्या विहिरीत हळूच ढकलून देत आणि पाठीमागून स्वत: उडी घेत व आम्हाला पोहायला शिकवत. या सगळ्या गोष्टींसाठी आमच्या आई-वडिलांच्या परवानगीची गरज त्यांना कधी वाटली नाही. दिवसभर ते कोठे तरी कामात असत. पण सकाळी व संध्याकाळी मात्र ते फक्त आम्हा बाल दोस्तांचे असत.

रोज पहाटे साडेपाचला त्यांची आम्हा प्रत्येकाच्या नावे हाकाटी सुरू होई. 'शंकऱ्या, बाळू, प्रभ्या, शुभ्याऽऽऽ चला लवकर!' मग त्यांच्याच ओसरीवर सूर्यनमस्कार सुरू होत. सूर्याची

बाराही नावे मोठ्याने उच्चारीत पूर्व दिशेला ठेवलेल्या सजल फुलपात्राला आम्ही सूर्यनमस्कार घालीत असू. आमच्याबरोबर त्याच उत्साहाने पांडुरंगमामाही नमस्कार घालत. मग दंड, बैठका हे सगळे व्यायामप्रकार ओसरीवर चालत. कोणाच्या दंडाची बेटकुळी कशी फुगते, याचे प्रदर्शन होई.

प्रात:काळच्या 'कराग्रे वसते लक्ष्मी'पासून संध्याकाळच्या 'शुभं करोती' पर्यंत अनेक संस्कार त्यांनी आमच्यावर केले. भगवद् गीतेचा अठरावा अध्याय, रामरक्षा, भीमरूपी, मनाचे श्लोक, सुभाषिते... सुस्पष्ट आवाजात, एका सुरात व लयीत म्हणायला त्यांनीच आम्हाला शिकविले. इतकेच नव्हे, तर औटकीपर्यंतचे सगळे पाढे त्यांनी आमच्याकडून तोंडपाठ करून घेतले.

आजही सकाळी 'कराग्रे वसते लक्ष्मी' म्हणण्यासाठी आपोआप हात जुळतात. रामरक्षा एकही दिवस चुकत नाही, आईला नमस्कार केल्याशिवाय बाहेर पाऊल पडत नाही. आरोग्यसंपन्न शरीराची इमारत भक्कमपणे उभी आहे. पांडुरंगमामांनी दिलेल्या उत्साहाचं अमृत अजूनही टवटवीत आहे. हे सगळं ज्यांनी आम्हाला दिलं, ते पांडुरंगमामा कोण होते आमचे? ना नात्याचे, ना गोत्याचे! एकेक शिल्प घडवावे तसं आम्हाला त्यांनी घडविलं. त्याबदल्यात त्यांनी काय मिळविलं? ठाऊक नाही! स्वार्थाच्या पलीकडे जाऊन काही चांगले करण्याचा ध्यास घेतलेली ही माणसं ज्या पिढीला लाभली, ती माझी पिढी खरंच भाग्यवान!

आज आपल्या आजी-आजोबांना भेटायला त्यांची नातवंडं कधी तरी वृद्धाश्रमात जातात. त्या पिढीला पांडुरंगमामा कसे कळणार? आता घरात आजी-आजोबांनाच थारा नाही, तर पांडुरंगमामा कसे निर्माण होणार? हे सगळे संस्कारांचे देव आपण केव्हाच विसर्जित केले आहेत... स्वार्थासाठी. नव्या पिढीसाठी आपण हेच वाढून ठेवलंय का?

- ० -

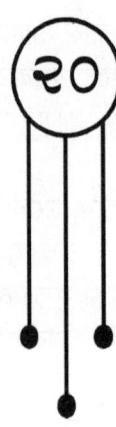

२०

सुखाच्या शोधात

आयुष्याच्या प्रवासाच्या एखाद्या टप्प्यावर सुखाची सोनेरी पहाट उगवते, तर एखाद्या टप्प्यावरची रात्र दुःखाने काळवंडलेली असते. कधी मृगजळामागे धावताना उगाचच दमछाक होते व पदरी निराशा येते, तर कधी अकस्मातपणे आनंदाची यश-शिखरे सहजपणे सर होतात. ग्रीष्मातील उन्हाचे चटके असह्य होतात, तेव्हा एखादी वळवाची सर गरजत बरसते व वातावरणात शीतलता येते. गोठविणाऱ्या रात्रीच्या थंडीच्या कडाक्यानं हुडहुडी भरली की, सकाळची कोवळी उन्हे अंगाला मऊशार उबदार शालीसारखी लपेटून घ्यावीशी वाटतात. असा हा पाठशिवणीचा खेळ आपले आयुष्य सजवितो. आयुष्यासाठी दुःख हे जसे गृहीत धरले आहे, तसेच त्यावर सुखाची फुंकरही असावी, अशी योजना असते. आपण केवळ दुःखाची कारणे व प्रसंग उगाचच उगाळत बसतो. पण माणसाचे आयुष्य सुखी होण्यासाठी जसा निसर्ग आपल्याला मदत करीत असतो, तसेच आपल्याला सुखी-आनंदी ठेवण्यासाठी आपल्या आवतीभवतीचे काही सोबती व्यक्तिशः सातत्याने कार्यरत असतात. त्यांतील अनेकांशी आपली ओळखही नसते. त्यांना आपण कधी प्रत्यक्ष पाहिलेलेही नसते. तरीही सामान्य ओळखीच्या पलीकडचं असं नातं त्यांच्याशी घट्ट झालेलं असतं.

लतादीदींची मंजुळ स्वरातील भूपाळी आपली रोजची सकाळ आनंदमय करते. बाबूजींच्या आर्त सुरातील एखादे भक्तिगीत ईश्वराशी आपले थेट नाते जोडते. आशाताईंच्या गोड गळ्यातील

एखादे प्रणयगीत आपले काही क्षण फुलविते. भीमसेनदा यांच्या खर्जातील आळवणीने आपल्याला चंद्रभागेच्या वाळवंटात उभे राहून पंढरीच्या दर्शनाचा आनंद घेता येतो. पुलंच्या खुसखुशीत लेखणीत आजही आपल्या मनाची मरगळ दूर करण्याची ताकद आहे. मंगेश पाडगावकरांची 'सलाम'सारखी कविता आपल्याला वास्तवतेचे भान करून देते, तर गदिमांच्या गीत रामायणातील मधुर गीतांनी आपल्याला जगण्याचा अर्थच सांगितला आहे. दादा कोंडकेंचे चित्रपटातील नुसते दर्शनही आपल्या ओठांवर हसू फुलविते. सचिन तेंडुलकरची चौफेर टोलेबाजी आपल्याला कोणत्याही वयात नाचवायला लावते. डॉ. प्रकाश आमटे यांचं समाजकार्य जगण्याची दिशा दाखविते; तर ज्ञानेश्वरी, दासबोध हे ग्रंथराज आपल्याला मन:शांती देतात. शंकरराव कुलकर्णींचं बाबूजींनी गायलेलं 'पहिलं प्रेम' या चित्रपटातील मनाला दिलासा देणारं एक गाणं असंच आहे. 'अशी न राहील रात्र निरंतर! प्रकाश येतो रात्रीनंतर!'

असे हे सगळे सोबती आपले आयुष्य आनंदमय करण्यासाठी अविश्रांत यत्न करीत असतात. आपण ते समजून घ्यायला हवं. खरं तर निसर्गराजाइतकंच त्यांचंही योगदान खूप मोठं आहे. या सगळ्यांचं आपण कृतज्ञ असायला हवं. ती कृतज्ञता आपण प्रतिकूल परिस्थितीतही आनंदानं जगवून दाखवायला हवी, तरच आपल्या वेदनांवर हळुवार फुंकर घालण्याचं काम करणाऱ्या या सर्वांचे परिश्रम सार्थकी लागतील; नाही का?

- ० -

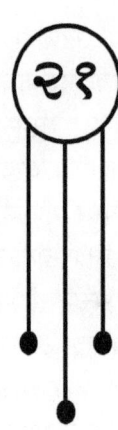

२१

जे बोलायचं असतं, ते!

काही माणसांचे बोलण्याचे आवडीचे विषय ठरलेले असतात. त्या विषयांबाबत ही माणसं कमालीची हळवी असतात. या माणसांशी इतर विषयांवर काही बोलत राहिलं, तरी ही माणसं नेमकं त्यांच्या आवडीच्या विषयावर आपल्याला आणून ठेवतात. एकदा त्यांच्या आवडीच्या विषयावर बोलणं सुरू झालं की, ते थांबत नाही. आपण फक्त ऐकत राहायचं. ती भरभरून बोलतात. मन मोकळं करतात. या बोलण्यातून त्यांचा आनंद ओसंडून वाहत असतो, त्याला कोणत्या तरी कौतुकाची जोड असते. कधी नवऱ्याचं, कधी बायकोचं, कधी मुलाचं, तर कधी मुलीचं, कधी स्वत:च्या छंदाचं, तर कधी स्वकर्तृत्वाचं.

माझ्या ओळखीच्या एक हायस्कूलच्या शिक्षिका आहेत. नेहमी गंभीर मुद्रेनं, हातातल्या जाडजाड पुस्तकांसह शाळा ते घर यादरम्यान कुठे तरी भेटतात. 'काय मॅडम, काय म्हणते शाळा?' माझा नेहमीचा प्रश्न असतो. वास्तविक शाळेचं म्हणणं काहीही नसतं, हे मला ठाऊक असतं. खरं म्हणणं जाणून घ्यायचं मॅडमचंच. तेही अगदी ठरलेलं. 'काही नाही हो, नुसता व्याप वाढलाय! पोर्शन इतका देऊन ठेवतात की, संपतच नाही!' हा त्यांच्या नावडीचा विषय असतो. तो टाळून मग मी त्याच्या नेहमीच्या आवडीच्या विषयाकडे वळतो आणि विचारतो, 'मॅडम, प्राची काय म्हणतेय? कोठे असते? काय करते?' मग मात्र मॅडम खुलतात. प्राची ही त्यांची एकुलती एक मुलगी. हुषार, स्मार्ट. तिला काहीही करून डॉक्टर करायचं, हे त्यांचं एकमेव

स्वप्न. त्या दृष्टीने त्यांनी तिला उत्तम घडविलं. प्राचीनेही छान प्रतिसाद दिला. चांगले मार्क्स मिळविले. पुण्याच्या बी.जे. मध्ये ती एम.बी.बी.एस. करते. मॅडमना तिचं अपार कौतुक आहे. म्हणूनच त्यांच्या आवडीचा हा विषय मी काढल्याबरोबर त्या खुलतात आणि भरभरून बोलू लागतात— 'अहो, प्राची आता लास्ट इयरला आहे. अजून फर्स्ट क्लास सोडला नाही. सगळं कॉलेज तिचं कौतुक करतं. इंटर्नशिपला तिला बहुतेक पुण्याच्या ससूनमध्येच संधी मिळेल. कुठे तरी खेड्यात जाण्यापेक्षा बरं, नाही का?' वगैरे वगैरे त्या बोलत राहतात. मुलीच्या कौतुकाच्या बोलण्याचा विषय त्यांना आनंद देतो, हे मला माहीत असतं. एरवी कोणताही दुसरा विषय चालू असला, तरी त्या पट्कन या विषयावर केव्हा येतात, ते आपल्याला कळतही नाही.

अण्णा जोशी हा माझा समवयस्क मित्र फारसा शिकला नाही. हॉटेलच्या धंद्यात पडला. नाक्यावरची मोक्याची जागा हॉटेलसाठी मिळाल्याने धंदा बरा चाले. कोर्टातले पक्षकार, वकील, कारकूनमंडळींची हॉटेलात गर्दी असे. आपण बरे, आपला धंदा बरा— हा अण्णाचा स्वभाव नव्हता. सलगपणे दोन तास हॉटेलात बसून त्याने धंदा केल्याचे मला आठवत नाही. 'काय अण्णा, काय म्हणतोय धंदा?' या प्रश्नावर 'काही राम उरला नाही रे या धंद्यात!' हे उत्तर ठरलेलं असे. मग मी त्याच्या आवडीच्या म्हणजे इस्टेट एजन्सीच्या धंद्याचा विषय काढला की, त्याचे डोळे चमकत. गावातल्या सगळ्या प्रॉपर्टीचे चढे दर त्याला तोंडपाठ असत. रोज दर कसे वाढत आहेत त्याचे रसभरीत वर्णन मला तो ऐकवत असे. कोणाला कसा मामा बनविला, हे तो माझ्या कानात तो हळूच सांगत असे आणि स्वत:च अनेक मजली हसत असे. या धंद्यात त्यानं फार काही मिळवलं असावं, असं मला वाटत नाही; पण या विषयावरच्या गप्पा मात्र त्याच्याशी चांगल्याच रंगत.

आमच्या शेजारचे रामूकाका सत्तरीचे गृहस्थ आहेत. सरकारी खात्यातून निवृत्त झालेले. काका-काकी दोघंच एका बंगलीत आयुष्याची संध्याकाळ निवांतपणे घालवीत असतात. 'काय रामूकाका, तब्येत कशी काय?' असं विचारलं की 'आता आमच्या तब्येतीचं काय विचारतोस? अर्धी लाकडं गेली स्मशानात!' हे सांगताना त्यांच्यात कुठे तरी नैराश्य डोकावते. त्यांचा मुलगा त्यांना विचारत नाही, हे शल्य त्यांच्या बोलण्यातून नेहमी जाणवतं. मग मी त्यांच्या मुलीचा विषय काढतो. 'प्राजू काय म्हणते? कशी आहे?' मग स्वारी खुलते. त्यांची मुलगी प्राजू म्हणजे प्राजक्ता ही लंडनला असते. तिच्यावर त्यांचा फार जीव.

जावईही चांगला आहे. दोघांचंही नेहमी त्यांच्याकडे जाणं-येणं असतं. रोज फोन असतात. रामूकाका व काकी वर्षभर तिच्याकडे राहायला होत्या. प्राजू हा रामूकाकांचा हळवा विषय आहे. प्राजूचा विषय काढला की, ते आनंदतात. त्यांच्यात उत्साह येतो. डोळे लकाकू लागतात. 'अरे, प्राजूने मोठ्ठा बंगला खरेदी केलाय लंडनमध्ये. भाग्यवान पोर आहे. मायाळू आहे रे! आम्हाला फोन केल्याशिवाय अन्न गोड लागत नाही पोरीला. हे पाठवू का, ते पाठवू का? दूध घेत जा, औषधे वेळेवर घ्या, गडी येतो का? दगदग करू नका. काळजी घ्या, नाही तर इकडे या, असं रोज एकदा तरी सांगते. आम्हालाच तिकडची थंडी सोसत नसे. मग हीटर लावून द्यायची, दोघांना फिरवून आणायची. मुलगी कसली, मुलगाच आमचा तो!' रामूकाका कौतुकानं सांगतात. प्राजूच्या नुसत्या आठवणीनं त्यांच्या वृद्धत्वाच्या वेदना कमी झाल्यासारखं मला वाटलं.

माझ्या घरापासून हाकेच्या अंतरावर पोलीस स्टेशन आहे. रोज कोणत्या ना कोणत्या तरी महिलेवर अन्याय झाल्याची तक्रार घेऊन नीलिमाताई पोलीस स्टेशनमध्ये जाऊन आलेल्या असतात. कमी-जास्त वयाच्या चार-पाच स्त्रियांना बरोबर घेऊन त्या घरी परत जायला निघताना अनेक वेळा रस्त्यात गाठ पडते. 'काय नीलिमाताई, काय म्हणते प्रॅक्टीस?' —माझा प्रश्न. यावर त्यांचं उत्तर ठरलेलं— 'अहो, एक तारीख चालेल तर शपथ! नुसत्या तारखांवर तारखा पडतात. लोकांच्या प्रश्नांचा गुंता काही सुटत नाही.' या विषयावर त्यांना फारसं बोलायचं नसतं. मग मी त्यांच्या आवडीचा विषय काढतो— महिलांवर होणाऱ्या अन्यायाचा. 'परवाचं तुमचं आंदोलन यशस्वी झालं! तुम्ही बाजी मारलीत! गावातली दारूची सगळी दुकानं बंद करून दाखविलीत!' तसं त्यांना स्फुरण येतं. नव्याने हाती घेत असलेल्या स्त्री घर-कामगार चळवळीचा कार्यक्रम त्यांना तोंडपाठ असतो. तो लगेच त्या मला ऐकवतात. जिल्हाभर प्रचाराची मोहीम त्यांना हाती घ्यायची असते. राज्यातील महिला नेत्यांचा कार्यक्रम ठरवायचा असतो. शिवाय त्यासाठी मीटिंग्ज बोलवायच्या असतात. एकूणच, महिलांच्या उदासीनतेवरही त्या एक प्रबोधन ऐकवतात.

—अशी ही माणसं आणि त्यांचे आवडीचे बोलायचे विषय. गप्पा मारताना ज्याला जे आवडतं, त्यावर आपण बोललं, तर बिघडलं कुठे? माणसं जोडण्याचा हा एक सुखाचा धागा असतो.

- ० -

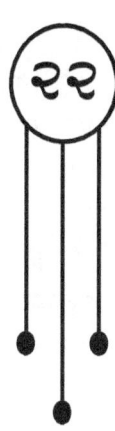

२२

शुभ मांगल्य

माझ्या एका मित्राच्या मुलीचं लग्न ठरलं, म्हणून तो आग्रहाचं निमंत्रण करायला घरी आला. आता लग्न पार पडेपर्यंत घर बंद ठेवायचं आणि तयारीसाठी त्याच्या घरीच राहायचं, असं तो खूप आनंदानं सांगत होता. 'वहिनी, आज दुपारी खरेदीला शुभानं तुम्हाला बोलावलंय', असं त्यानं त्याच्या पत्नीचा निरोप माझ्या पत्नीला सांगितला. 'तयारी कुठवर आली आहे?' मी त्याला विचारलं, 'काही मदत हवी असली तर नि:संकोचपणे सांग', असंही मी त्याला सांगितलं. लेकीचं लग्न हा बापाच्या जिव्हाळ्याचा विषय असतो. खरं म्हणजे, बाप व लेकीची ही ताटातूट असते आणि ती टाळता येण्यासारखी नसते. म्हणूनच सुखी कुटुंबात ती पडली, तिच्यावर माया करणारी माणसं तिला मिळाली की, बापाची चिंता मिटते. एका मोठ्या जबाबदारीतून तो मोकळा होतो. अर्थात, या जबाबदारीतून मुक्त होण्यासाठी त्याला अनेक दिव्यांतून जावे लागते. 'मुलगा काय करतो रे? मी त्याला विचारलं. 'पुण्याला बँकेत असतो. स्थळ चांगलं आहे. पुण्याला स्वत:चं घर आहे, शिवाय एकुलता एक आहे. कसली जबाबदारी नाही. आई-वडील थोडे जुन्या वळणाचे आहेत, त्यामुळं मान-पान करून द्यावं लागणार... लग्नाचा दोन्ही अंगांचा खर्च आपल्यालाच करावा लागेल. मुलीचं त्यांना साजेसं सालंकृत कन्यादान करून द्यावं लागेल. बारा तोळे सोनं तिच्या अंगावर घालावं लागेल. सोनं, मानपान, दोन्हीकडचा खर्च— सगळं मिळून दहा-बारा लाखांवर जाईलसं वाटतंय...' तो सांगत होता.

'बँकेकडून कर्ज घेतोय, शिवाय माझा प्रॉव्हिडंड फंड आहेच की! तो सगळा रिकामा करतोय.' असं सांगताना त्याच्या चेहऱ्यावर मला कुठे तरी चिंता दिसली. मुलाच्या शिक्षणासाठी, त्याच्या निवृत्तीनंतरच्या घरखर्चासाठी त्यानं काय विचार केला होता, हे माझ्या लक्षात येईना. शिवाय बँकेचे कर्ज कसं फेडणार, याचंही गणित कुठे समजलं नाही. त्याच्या आनंदाचा विरस व्हावा, अशी माझी इच्छा नव्हती, म्हणून मी त्याला काहीही प्रतिप्रश्न केले नाहीत. त्यानं दिलेलं आमंत्रण मी स्वीकारलं आणि या लग्न समारंभात सामील व्हायचंही कबूल केलं. लग्नाचं निमंत्रण देऊन माझा मित्र गेला. त्याच्या पाठमोऱ्या आकृतीकडे पाहत माझ्या मनात अनेक विचारांनी थैमान घातलं.

कर्ज काढून लेकीचं लग्न करून देणाऱ्या अशा बापांची मला काळजी वाटते. लग्न समारंभातील थाटमाट, मानपान, देणं-घेणं, या परंपरेनं सुरू असणाऱ्या गोष्टी कधीच थांबविता येणार नाहीत का, असा मला प्रश्न पडतो. आजची शिकलेली तरुण पिढीही या घृणास्पद परंपरा बदलायला तयार नाही, याचं नवल वाटतं. आजचा तरुणही जितका जास्त शिकलेला, जितक्या मोठ्या हुद्द्यावर असलेला, जितका श्रीमंत आई-बापांच्या पोटी जन्मलेला; तितकी त्याची लग्नाच्या बाजारात जास्त किंमत असते, ही वस्तुस्थिती नाकारता येत नाही. वधुपित्याकडून त्याच्या अपेक्षा त्या प्रमाणात वाढलेल्या असतात. यातूनच तोलामोलाच्या स्थळांची कल्पना पुढे आली. अशा उच्च शिक्षित मुलांच्या शिक्षणाचा उपयोग काय, असा प्रश्न मला पडतो. परंपरांना कवटाळून बसणाऱ्या आपल्या आई-वडिलांची खप्पा मर्जी करण्याचे धाडस या मुलांमध्ये नसावे किंवा आपल्या चंगळवादी भवितव्याची तरतूद म्हणूनही ही मुले या परंपरांना विरोध करीत नसावीत.... किंवा थाटामाटात विवाहसोहळा साजरा करण्याची स्पर्धा या तरुणांमध्ये लागत असावी, असे वाटते.

साधेपणाने, नोंदणीपद्धतीने विवाह करण्याची मानसिकता अजून समाजात रुजत नाही. त्यात लोकांना कमीपणा वाटतो. वरमाईची हौस भागत नाही. मुलाकडच्या मानासाठी आसुसलेल्या माणसांची मानभावीपणाची हौस भागत नाही. अशी अनेक कारणे साधेपणाने, नोंदणीपद्धतीतील विवाहास अडथळे आणतात. लग्न म्हणजे थाटामाट व पैशांचा चुराडा— ही संकल्पना समाजात दृढ झाली आहे. समाजात दर वर्षी सुमारे तीन लाख विवाह सोहळे संपन्न होतात व त्यांवर बाराशे कोटी रुपये खर्च होतात, असे आकडेवारी सांगते. या खर्चात अनेक गावे पाणीटंचाईमुक्त करता येणे शक्य आहे. गावापासून काही कोस

दूरवरून पाणी आणणाऱ्या गरीब महिलांचा त्रास तरी वाचेल. पण विवाह सोहळ्यात होणाऱ्या या उधळपट्टीसही स्त्रियाच मोठ्या प्रमाणात जबाबदार असताना दिसतात, हे एक कटू सत्य आहे. आपल्या श्रीमंतीचं व वैभवाचं प्रदर्शन करण्याची जणू चालून आलेली एक संधी म्हणूनही विवाहसोहळ्यांकडे पाहिलं जातं. एका लग्नाचं बजेट त्या गावच्या नगर परिषदेच्या वार्षिक बजेटपेक्षा किती तरी पटींनी मोठं असल्याचं मी पाहिलं आहे. केवळ पैशाचा चुराडा हा एकमेव दोष आपल्या विवाहपद्धतीत नाही, तर अनेक दोष आपल्याकडील विवाहपद्धतीत आहेत. वधुपक्षाला कमी लेखणे, वरपक्षाकडील माणसांचा मान राखणे— त्यामध्ये त्यांचे पाय धुणे, त्यांच्या बारीक-सारीक गोष्टींची काळजी वाहणे, त्यांच्याकडून पदोपदी होणारा अपमान सहन करणे अन् त्यात वधुपक्षाने धन्यता मानणे वगैरे वगैरे.

आपल्याकडील या विवाहपद्धतीमधून कलह निर्माण होतात. एखादी गोष्ट वधुपक्षाकडून अनवधानाने चुकीची झाली, तर सासरच्या लोकांकडून त्या परक्या घरी गेलेल्या मुलीला ती सातत्याने ऐकून घ्यावी लागते. त्याचे रूपांतर तिला सहन कराव्या लागणाऱ्या मानसिक छळातही होते. दोन कुटुंबांत वैमनस्य येते. समाजाचे स्वास्थ्य बिघडते. काही समाजांतील विवाहपद्धतीत विवाहानंतर वर्षभर येणारे सण साजरे करण्याची पद्धत आहे. या सणाच्या निमित्ताने देणे-घेणे असते. त्यात मुलीचा बाप कमी पडला, तर भांडणे होतात. अशा अनेक प्रसंगी मुलीला घरी परत पाठवून दिल्याची उदाहरणे आहेत. समाजातील परंपरागत चालत आलेल्या या अनेक प्रथांवर नियंत्रण आणणारी यंत्रणाच आपल्याकडे नसावी, याचं दुःख होतं. विकृतपणे घडणाऱ्या या सोहळ्यांनाच आपण मंगल सोहळे असे म्हणतो. त्यातलं मांगल्य केव्हाच हरवलंय. कारण या परंपरांगत रूढींमध्ये अनेक कोवळ्या मुलींचे बळी गेले आहेत; ज्यांनी आपल्या संसाराची स्वप्ने रंगविली होती! हे समाजाला खरंच भूषणावह आहे का?

- ० -

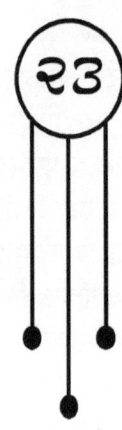

२३

शब्द

'माझं तुझ्यावर प्रेम आहे', हे आपल्या प्रिय व्यक्तीला सांगण्यासाठी आपण शब्दांचा आधार घेतो. शब्दांवाचून केवळ स्पर्शाने प्रेमभावना व्यक्त करता येतीलही, पण तरीही परस्परांमधील गुजगोष्टींचा आनंद त्यातून मिळणार नाही. शब्दांच्या पलीकडचं काही सांगण्यासाठीसुद्धा शब्दांवाचून पर्याय नाही. माणसाच्या भावभावना व्यक्त करण्यासाठीच शब्दांची निर्मिती झाली, त्यामुळे शब्द व भावना यांचं घट्ट असं एक नातं असतं. विशिष्ट भावनेसाठी प्रचलित असलेला शब्द वेगवेगळ्या भाषांत वेगवेगळा असेलही; पण भावना बदलत नाही. मराठीतील **'प्रेम'** हा शब्द हिंदी भाषेत **'प्यार'**, कानडी भाषेत **'प्रीती'**, तर इंग्रजी भाषेत **'लव्ह'** असे उच्चार ध्वनित करतो. या चारही शब्दांमागची भावना मात्र एकच असते. भावना शब्दांतून व्यक्त होते, म्हणूनच शब्द जपून वापरायचे असतात. शब्दांना आपण सुंदर करायचं असतं.

समोरच्या माणसाला शब्दांनी जसं जिंकता येतं, तसंच दुःखीही करता येतं. म्हणूनच आपण शब्दांना दुधारी शस्त्र असे म्हणतो. शब्दांचा साद तसा प्रतिसाद. ध्वनी तसा प्रतिध्वनी. आनंद व्यक्त करणारे शब्द आपल्याला आनंद देतात. शब्दांची ठिगणी झाली की, संघर्षाचा अंगार पेटतो. मग आपल्याला काय हवं ते आपणच ठरवायचं.

लहान मुलं घरातल्या मोठ्या माणसांच्या शब्दांचं अनुकरण करून आपोआप बोलायला शिकतात. ज्या भाषेत ते बोबडे बोल बोलू लागतं, ती भाषा त्याच्या आईची असते. म्हणूनच आपण

तिला मातृभाषा असे म्हणत असू. हे बोबडे बोल सुंदर असतात. मुलांची निरागसता लक्षात घेतली, तर त्यांना शब्दांचे अर्थ माहीत नसल्यामुळे त्यांच्या कानांवर पडणारे शब्द ते बोलू लागतात. म्हणूनच त्यांच्या कानांवर पडणाऱ्या शब्दांचे अवधान आपण ठेवायला हवे. त्याकडे दुर्लक्ष झाले, तर मात्र शब्दांचा अर्थ कळू लागल्यावर मुले त्यांचे शिवराळ बोलण्याचे अनुकरण करतील व मुलांच्या व्यक्तिमत्त्वाची दिशाच भरकटेल. यासाठी मुलांच्या अशा बोलण्याकडे आपण वेळीच लक्ष द्यायला हवं— विशेषत: आईनं.

शब्दोच्चार चांगले असावेत. त्यांना सभ्यतेची जोड असावी. माधुर्याची साथ असावी. त्यामुळे तुमच्या भावना दुसऱ्यांच्या अंतर्यामी सहजपणे पोहोचतात. खरं म्हणजे, हा एक चांगला गुण आहे, हे कित्येकांच्या गावीच नसतं. आपण आपल्या बोलण्यातूनच खरे व्यक्त होतो. ज्या पद्धतीने आपण व्यक्त होतो, त्या पद्धतीच्या चांगल्या-वाईटपणावर आपले व्यक्तिमत्त्व घडत असते आणि अवलंबून असते.

चांगल्या शब्दांचे उच्चारण चांगली भावना व्यक्त करतात. त्यामुळे आपले व्यक्तिमत्त्व खुलते. सुंदर पोषाख केलेली एखादी व्यक्ती शिवराळपणे बोलू लागली, तर चांगल्या भावना व्यक्त होणार नाहीत. अर्थातच, त्या सुंदर पोषाखामुळे उठून दिसत असलेले त्या व्यक्तीचे व्यक्तिमत्त्व मात्र आपल्या मनातून उतरेल. त्यासाठीच चांगल्या बोलण्याचे संस्कार बालपणापासूनच घडवावे लागतात.

आई-वडील जर परस्परांशी असभ्य भाषेत मुलांसमोर भांडत असतील, तर मुलांवरही असभ्य भाषेतून बोलण्याचे संस्कार घडतील, हे भान आई-वडिलांनी ठेवायचे असते. आपला मुलगा किंवा मुलगी चारचौघांमध्ये बोलताना कसे बोलतात, कोणते शब्द वापरतात, आपल्या भावना कशा व्यक्त करतात, त्यांच्या बोलण्यातून कोणते अपशब्द किती वेळा येतात वगैरे या गोष्टींवर आपले बारीक लक्ष असायला हवे. यामुळे मुलांच्या संभाषणामध्ये सुधारणा करता येईल. चांगल्या शब्दांत भावना व्यक्त करण्याची त्यांना सवय लावता येईल. त्यांच्या वयानुरूप शब्दसंग्रह वाढविण्यासाठी त्यांच्या वाढदिवशी नामांकित लेखकांची पुस्तके भेट द्यावीत. त्यातून वाचनाच्या सवयीबरोबरच त्यांचा शब्दसंग्रह वाढेल.

येथे अगदी शुद्ध भाषा बोलणे मला अभिप्रेत नाही. हीच भाषा म्हणजे भाषेचे आदर्शत्वाचे परिमाण, असे मला म्हणायचे नाही. तसेच उच्च शिक्षण

घेतले, तरच किंवा उच्च शिक्षण घेतलेलेच चांगली भाषा बोलतात, असेही नाही. सामान्यपणे चांगले आशय असलेले व किमान दुसऱ्याला दुखावणार नाही, अशा शब्दांतून आपल्या भावना व्यक्त व्हाव्यात, अशी अपेक्षा आहे.

ग्रामीण भागात आयुष्य व्यतीत केलेल्या सर्वश्रेष्ठ कवयित्री बहिणाबाई चौधरी आपल्या अहिराणी बोलीभाषेतून आपल्या कवितांमधून आपल्या भावना व्यक्त करतात. त्या अशिक्षित असूनही त्यांनी त्यांच्या कवितांमधून केलेली शब्दरचना, तिचा आशय आणि त्यांनी व्यक्त केलेल्या भावना मराठी मनाला आनंद देतात; इतकेच नव्हे, तर खूप काही सांगून जातात. अनेक सुंदर नवे शब्द त्यांनी मराठी भाषेला बहाल केले. त्यांच्या अशा शब्दांमधूनच त्या व्यक्त झाल्या. त्यांच्या तरल भावना मराठी मनाला भावल्या. शब्द आणि भावना याचं नातं असं घट्ट असतं. त्या नात्याशी आपलं नातं जुळलं, तर आपलं व्यक्तिमत्त्व बहरतं— शब्दांमधून दुसऱ्याला आनंद देण्यासाठी. शब्द हे बकुळीच्या फुलांसारखे कोमल असतात, शस्त्रासारखे धारदार असतात, अपमानित करण्यासाठी शिवराळ असतात, नाल्यातल्या पाण्यासारखे गलिच्छ असतात, गंगेच्या पाण्यासारखे पवित्र व निर्मळही असतात. कधी ते मधाळ, तर कधी रसाळ असतात. कधी सागराप्रमाणे उसळणारे, तर कधी झऱ्याप्रमाणे खळखळणारे असतात. ते कधी भांडतात, कधी रुसतात, कधी हळूच कुजबुजतात. एक मात्र खरं की, ते डोळ्यांतूनच खरे कळतात. शब्दांनी हसवायचं की रडवायचं, ते आपणच ठरवायचं असतं. शब्दांना नि:शब्द मात्र करायचं नसतं...

- ० -

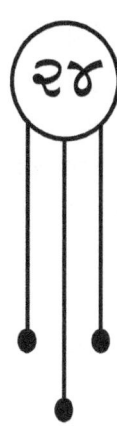

२४

मन उधाण वाऱ्याचे

ग्रीष्मातील उन्हाचा दाह थोडा कमी झालेला असतो. पर्जन्यसरींची प्रतीक्षा दाटून आलेली असते. इंग्रजी महिन्याच्या मे-जून या सीमारेषेवरचे हे कुंद दिवस. शाळेच्या उन्हाळ्याच्या सुट्या संपत आलेल्या असतात. मुलांची पुढच्या वर्षाच्या वर्गात जाण्याची उत्सुकता शिगेला पोहोचलेली असते. नवीन वह्या-पुस्तकांच्या गंधाने शालेय विश्व भारून गेलेलं असतं. पावसाच्या आगमनाची पूर्वतयारी सुरू झालेली असते. दूर कुठे तरी अंदमानात पावसाने हजेरी लावली, अशी बातमी वर्तमानपत्रात झळकते व त्याबरोबरच १० वी-१२ वीच्या निकालाच्या तारखाही जाहीर होतात. आकाश अधून-मधून ढगांनी झाकोळू लागतं. वातावरण काळोखानं काळवंडतं. मग मी डोकावू लागतो. दहावी-बारावीच्या परीक्षेला बसलेल्या माझ्या विद्यार्थी मित्रांच्या मनात. न्याहाळू लागतो— त्यांचे चिंतेने व्याकूळ झालेले चेहरे— जे शेवटचा पेपर टाकून आल्यावर परीक्षेचं ओझं संपल्याच्या आनंदानं फुललेले मी पाहिलेले असतात. आणि आता, निकाल जवळ येऊन ठेपल्याची त्यांना झालेली तणावपूर्ण जाणीव मला त्यांच्या चेहऱ्यावर स्पष्ट दिसू लागते. खरं म्हणजे, प्रत्येकाला आपला खरा परफॉर्मन्स ठाऊक नसतो, असं मुळीच नसतं. पण मधला दोन महिन्यांचा सुट्टीचा काळ हा यक्षकाळ असावा. तो संपत आलेला असतो. आपला परफॉर्मन्स हे सोनं असेल, तर ते अधिक तेजस्वी होऊन झळाळून बाहेर पडेल; नाही तर आपलं पितळ उघडं पडेल, या काळजीनं विद्यार्थ्यांना ग्रासलेलं असतं. मन उदास झालेलं असतं.

अशा विद्यार्थ्यांच्या आई-वडिलांचीही मन:स्थिती याहून वेगळी नसते. फरक एवढाच की, त्यांची सगळी भिस्त त्यांच्या मुलांवर असते. आपल्यापुढे नक्की काय वाढून ठेवलंय, हे त्यांना ठाऊक नसतं. आपल्या मुलांशी नेहमी संवाद असणारे आई-वडील फार थोडे असतात. त्यांना आपल्या मुलांची क्षमता ठाऊक असते. त्यामुळे तुलनेनं ते कमी चिंतातूर असतात. पण आपल्या मुलाशी किंवा मुलीशी संवाद नसणाऱ्या आई-वडिलांची संख्या तुलनेनं जास्त आहे. त्यांना आपल्या मुला-मुलींची क्षमताच समजलेली नसते. फार मोठ्या अपेक्षांचे ओझे घेऊन ते हवेतील फार मोठी स्वप्ने पाहत असतात. ते पाहत असलेल्या स्वप्नांची जाणीव मुलांना नसते, असे नाही. हा स्वप्नभंग होणार आहे, याचीही त्यांना कल्पना असते. निकालाच्या दिवशी हा फुगा फुटणार, या धास्तीने मुले अधिक व्याकूळ झालेली मी पाहिली आहेत. अशा मुलांच्या घरातील वातावरणही फार गंभीर स्वरूपाचे असते. आपल्या मुलाने चांगले गुण मिळविले नाहीत तर काय करायचे, याची चिंता आई-वडिलांना लागून राहिलेली असते. काही घरांत तर हा एक प्रतिष्ठेचा प्रश्न झालेला असतो. चारचौघांत मी कसे तोंड दाखविणार... शेजारचा सुभाष मेरिट लिस्टमध्ये येईलसं वाटतंय... त्याच्या आई-वडिलांचा तोरा मुकाटपणे सहन करण्यावाचून आता गत्यंतर उरणार नाही... वगैरे अनेक प्रश्न घराघरांमध्ये निर्माण झालेले असतात. मुलांच्या मनावर या सर्वांचे दडपण येत असते. घरातून निघून जाण्यापासून ते आत्महत्येपर्यंतचे विचार मुलांच्या मनात घर करतात. मुलांच्या मनाला नैराश्यानं ग्रासलेलं असतं.

दहावी-बारावीचे निकाल लागण्यापूर्वीचे हे दिवस मुलांच्या दृष्टीने अत्यंत संवेदनशील असतात. निकालाला धीरानं सामोरं जाण्याचं बळ त्यांच्यात येणं आवश्यक असतं. यश किंवा अपयश— दोन्ही पचवावंच लागतं, ही मानसिकता त्यांच्यात तयार व्हावी लागते. यशानं हुरळून जाणं जितकं धोक्याचं, तितकंच अपयशानं खचून जाणंही धोक्याचंच असतं. अपयश किंवा कमी गुण मिळाले म्हणून मुलांना आई-वडिलांची भीती वाटेल किंवा त्यांना निराशेच्या गर्तेत आपण ढकलू किंवा आपले भवितव्य अंधकारमय होईल— अशी मुलांची मानसिकता तयार होणार नाही याची काळजी आई-वडिलांनी घ्यायलाच हवी. त्यासाठी मुलांशी मोकळा संवाद त्यांना जवळ घेऊन करायला हवा. मुलांची क्षमता आई-वडिलांनी ओळखायला हवी. कोणाशी तरी त्याची तुलना किंवा स्पर्धा करण्याचं कारण नाही. मुलाचं यश किंवा अपयश हे एकट्या मुलाचं नसून आपल्या सर्वांचं आहे, हे समजून घ्यायला हवं.

दहावी-बारावी म्हणजेच सर्व काही नसतं. आयुष्याचं जगणं सुंदर होण्यासाठी तुमच्या आवडीची अनेक क्षेत्रे तुमची वाट पाहत असतात. नुसतं इंजिनिअर किंवा डॉक्टर होणं म्हणजे यश व हुशारी, हे मुलांच्या मनावर आजवर जे ठसवलं गेलं आहे; ते चुकीचं आहे. भाषा, साहित्य, राज्यशास्त्र, संगीत, अभिनय, कला, शिल्पकला, प्रशासन, समाजशास्त्र, मानसशास्त्र या क्षेत्रांमध्येही तज्ज्ञांची कमतरता आहे. कृषितज्ज्ञ हवे आहेत. सैन्यभरतीसाठी सेनेचे दरवाजे खुले आहेत. विधितज्ज्ञांची गरज आहे. या क्षेत्रांमध्ये मुलांसाठी उज्ज्वल भवितव्य आहे. त्यासाठी दहावा-बारावीच्या गुणांची टक्केवारी शत-प्रतिशत असणे जरुरीचे नाही. थोडे कमी गुण मिळालेली दहावी-बारावीची मुलेही अशा विविध क्षेत्रांमधून काम करून यशाचे शिखर गाठू शकतात व आयुष्यात यशस्वी करताना दिसतात. आपण हे त्यांना समजून सांगायला हवं. मुलांशी आई-वडिलांचा मोकळा संवाद असेल, तर मुलांची मनं सैरभैर होणार नाहीत. आई-वडिलांचे धाकाचे दडपण त्यांच्यावर येणार नाही. अशी मुले निकालाला धीराने सामोरी जातील. त्यांच्या पदरात यशाचं माप थोडं कमी पडलं, तर अधिक प्रयत्नांची मानसिकता त्यांच्यात तयार होईल. अपयश पडलं, तर त्यास ती यशाची पहिली पायरी समजतील व पुढे जातील... जीवाचं बरं-वाईट करून घेण्याचं त्यांच्या मनातही येणार नाही. त्यांचे चेहरे आकाशातल्या ढगांनी झाकोळलेल्या काळोखाप्रमाणे काळवंडणार नाहीत. कारण हे झाकोळलेलं आकाश क्षणभराचं असतं, हे त्यांना ठाऊक असेल; मग ते प्रकाशाची प्रतीक्षा करतील. मनाला आलेलं भीतीचं उधाण क्षणिक असतं— त्याला दुसऱ्या क्षणी ओहटीही लागते, हा निसर्गनियम आहे.

- ० -

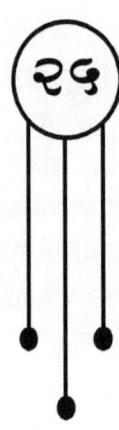

२५

गोष्टींची गोष्ट

एक होती चिमणी किंवा एक होता कोल्हा किंवा एक होता राजा... अशी गोष्टीची सुरुवात प्रत्येक लहानग्यानं आपल्या आईकडून अनेक वेळा ऐकलेली असते. रात्रीच्या नीरव शांततेत रातकिड्यांची किर्रर ऐकताना डोळे पेंगुळायला लागले की, आईच्या उबदार कुशीत विसावून, आईच्या तोंडून गोष्ट ऐकता-ऐकता हुंकार देत केव्हा डोळे मिटायला लागतात, ते कळतही नाही. पण आईनं गोष्ट सांगितल्याशिवाय झोप मात्र येत नाही. बालमनाला जडलेलं हे गोष्टीचं वेड वार्धक्यापर्यंत कायम असतं. गोष्ट ऐकण्याचा कंटाळा आलाय्, असं सांगणारा माणूस माझ्या पाहण्यात नाही.

गोष्ट म्हणजे तरी काय असतं? आयुष्यात घडणाऱ्या रोजच्या घटनाच ना! त्या मीठ-मसाला लावून एकत्र करून सांगितल्या की, फक्कडशी गोष्ट तयार होते. सुख-दुःखाच्या भावनांचा ओलावा असला की मनाला भावते. कधी डोळ्यांत पाणी आणते, तर गोष्टीतील एखाद्या पात्राची झालेली फजिती ऐकून मनाला गुदगुल्या करते. गंभीर प्रसंगांनी भरलेली एखादी गोष्ट मनाला अंतर्मुख करते, तर एखादी भयावह कथा मनाचा थरकाप उडविते.

माणसाचा स्वभाव, त्याचे चातुर्य, त्याचे औदार्य, त्याचा कष्टाळूपणा, त्याचे शौर्य, त्याचे सौंदर्य, त्याचा मत्सर, त्याचे लबाडपण, त्याचा भित्रेपणा, त्याचे लोभीपण, त्याचा स्वार्थ, त्याचे दुःख... या सगळ्या गोष्टी त्याच्या आयुष्यात घडणाऱ्या प्रसंगांची उगमस्थाने असतात. तीच कथांचीही उगमस्थाने ठरतात.

कथेकरी बुवांच्या पुराणातल्या गोष्टींमध्ये याहून वेगळे काय असते? रामायण, महाभारतात वेगळे काय आहे? ऐतिहासिक प्रसंगांच्या कथा वीररसाची निष्पत्ती असतात, तर बिरबलाच्या कथांमध्ये माणसाची चतुराई प्रतिबिंबित होते.

माणसानं मानवी गुण व गुणांच्या छटा प्राण्यांच्या रूपात पेश केल्या आणि इसापनीतीच्या गमतीदार गोष्टी साकार झाल्या. माणसाचे लबाडपण कोल्ह्यात, भित्रेपण सशात, तर क्रूरपणा वाघात दाखविला गेला. एरव्ही कोल्ह्यासारखा निरागस प्राणी जंगलात फिरताना दिसला, तरी त्याला पाहताच त्याचे लबाडपण आधी लक्षात येते व गंमत वाटते.

दररोज घडणारे प्रसंग आपण पाहत असतो— अनुभवत असतो, अगदी निर्विकारपणे. पण त्याची कथा होऊन समोर येते, तेव्हा मात्र कानांत प्राण आणून ऐकतो. एखादा सुंदर चित्रपट किंवा दूरदर्शनवरील मालिका रोज घडणाऱ्या प्रसंगांवर तर असतात. पण त्या आपल्याला खुर्चीला खिळून ठेवतात, कथा-कादंबऱ्या वाचतो; कारण आपण खरंच किती गोष्टीवेल्हाळ असतो, नाही का?

- ० -

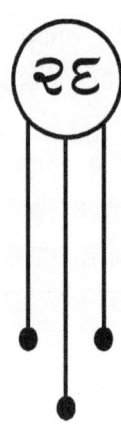

२८

आनंदाचे डोही

फुलांनी डवरलेली एखादी बाग, डेरेदार व हिरव्याकंच आम्रवृक्षांनी नटलेली एखादी आमराई, नाही तर निळ्याशार सागरकिनाऱ्यावरची नारळी-पोफळीची एखादी वाडी आपलं देहभान विसरायला लावते. मैलोन् मैल पायपीट करून अशी सुंदर ठिकाणं आपण पाहतो. ही सौंदर्यस्थळं आपल्याला एक वेगळाच आनंद देतात. निसर्ग हा मुळातच सुंदर आहे. जसा तो सुंदर; तसाच तो निरागस, निष्पाप व सात्त्विक आहे. एखाद्या उद्यानात नाजुक, रंगीत रानफुलांपासून काटेरी निवडुंगांपर्यंत सगळी सुखानं नांदत असतात. इतकंच नव्हे, तर त्या परिसराचं सौंदर्य आपापल्या परीनं खुलवत असतात. म्हणूनच धरेवर स्वर्ग अवतरतो. कोकणातल्या एखाद्या लांबच लांब पसरलेल्या नारळीच्या बागेतील नारळाची शेकडो झाडे संथ लयीत वाऱ्याबरोबर फेर धरून डोलताना दिसतात; तेव्हा प्रश्न पडतो की, या मुक्या जीवांना कलह म्हणजे काय— हे माहीत नाही, ते किती चांगलं आहे, नाही का?

एका कार्यक्रमाच्या निमित्तानं एका दूरच्या खेड्यात जाण्याचा योग आला. कार्यक्रम संपल्यावर संध्याकाळी त्या गावातल्या एका हौशी गृहस्थांच्या बागेत आम्ही गेलो. गांधारी नदीच्या किनाऱ्यावरील ती एक सुंदर बाग होती. बागेत प्रवेश करण्यासाठी तांबड्या मातीची एक छोटी पायवाट होती व त्या वाटेच्या दुतर्फा असलेले गुलाबाचे ताटवे आमचं प्रसन्नपणे स्वागत करीत होते. गुलाब हे नाव त्या सुंदर व गोंडस फुलाला त्याच्या मोहक गुलाबी

रंगावरून पडलं असावं; पण या बागेतील या फुलाच्या वेगवेगळ्या रंगांच्या छटा बघून या फुलाला केवळ गुलाब का म्हणावं, असा प्रश्न मला पडला. गुलाबी गुलाब जसा सुंदर असतो; तसे पांढऱ्या, पिवळ्या, केशरी व तांबड्या रंगाचे गुलाबही तितकेच सुंदर दिसतात, हे या बागेत मी पाहिलं. जास्वंदीच्या फुलांच्या अनेक रंगांच्या छटा मला सुखाने एकत्र डोलताना येथे दिसल्या. मधून-मधून नाजूक रानफुलांची टवटवीत झुडपे 'आमच्याकडेही बघा ना' असं खुणावीत होती. जाई, जुई, रातराणीच्या वेली दणकट वृक्षांना निश्चिंतपणे बिलगल्या होत्या. प्राजक्ताने धवल केशरी फुलांचा सडा सांडला होता व त्यांचा सुगंध आसमंतातील पावित्र्याची जाणीव करून देत होता. बकुळफुलांच्या महाकाय वृक्षाने नाजूक फुलांची केलेली पखरण पाहून मला हा वृक्ष म्हणजे वज्रासारखा कठोर तरीही फुलांसारख्या कोमल मनाचा तपस्वी भासला. बागेतील पायवाटेवर मऊशार, लुसलुशीत गवताच्या पायघड्या अंथरल्या होत्या. बागेचे कुंपण वेगवेगळ्या आकाराच्या काटेरी निवडुंगांनी सजवलं होतं. अधून-मधून पेरूची, चिकूची व डाळिंबाची एक-दोन फळझाडे होती. त्यांना अर्धी कच्ची फळेही लागली होती. पक्ष्यांचा किलबिलाट या बागेत संगीताची साद घालीत होता. ही बाग म्हणजे एक छोटंसं आनंदविश्व असावं, असं मला क्षणभर वाटलं. एक मनस्वी, शांत जगणं इथे नांदत होतं. कलह हा शब्द इथे मुका झाला होता.

बागेची फेरी संपवून बाहेर पडताना मला एक विचित्र गोष्ट दिसली. एका झाडाच्या फांद्यांवर झिजलेल्या जुन्या चपलांचे जोड दोरींनी टांगलेले दिसले. इतका वेळ निसर्गसुंदरता न्याहाळणाऱ्या डोळ्यांवर आघात झाला होता. चौकशी केली तेव्हा समजलं की, या सुंदर बागेच्या आनंदविश्वाला माणसाची वाईट नजर लागू नये, म्हणून ही विद्रूपतेची योजना होती. माणसाची नजर इतकी वाईट असू शकते का, असा मला प्रश्न पडला. ती तशी नसती, तर जगाचं एक आनंदविश्व साकारायला वेळ लागला नसता, असंही वाटलं.

- ० -

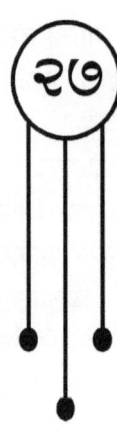

२७

वृद्धाश्रमातील पणजी

माझ्या एका मित्राची आई वृद्धाश्रमात असते. तिला गेल्या आठवड्यात पणतू झाला... म्हणजे ती पणजी झाली, म्हणून मी भेटायला व आनंद व्यक्त करायला गेलो. जाताना थोडे पेढे व मोतीचूर घेऊन गेलो. वृद्धाश्रमातील मातांना कुणी तरी यायला हवं असतं आणि त्यांचं मन मोकळं करायला त्यांच्याशी कुणी तरी खूप वेळ गप्पा मारायला हव्या असतात. आणखी एक— आपण तिथे गेल्यावर फक्त आपल्याच माणसाला भेटायला जायचं नसतं, तर तेथील सर्वांना भेटायचं असतं.

माझ्या मित्राच्या आईने— सरस्वतीकाकूंनी मला पाहिल्यावर त्यांना आनंद झाल्याचे त्यांच्या सुरकुतलेल्या चेहऱ्यावरही दिसले. त्यांच्या ठेंगण्या बांध्याला आता खूप बाक आला आहे. चालण्यातील संथपणा जास्त जाणवला. मी काकूंना नमस्कार केला. आशीर्वादासाठी त्यांचे ओठ काही तरी पुटपुटले व त्यांचा उबदार हात त्यांनी माझ्या पाठीवर ठेवला, तेव्हा मला गलबलून आले. त्यांच्या हसऱ्या डोळ्यांत आनंदाश्रू होते. 'श्रीला मुलगा झाला!' मी त्यांच्या कानाजवळ जाऊन मोठ्या आवाजात सांगितले. अलीकडे त्यांना कमी ऐकू येते, हे मला ठाऊक होते. श्रीधर हा त्यांचा नातू— प्रभाकरचा मुलगा. प्रभाकर हा काकूंचा मुलगा व माझा मित्र. 'तुम्ही पणजी झालात— अभिनंदन!' मी मोठ्या आवाजात म्हटलं आणि त्यांच्या तोंडात पेढा भरवला.

त्यांना पणतू झाल्याचं कळलं होतं. प्रभाकरनं फोन केला होता. श्रीधरचाही फोन आल्याचं त्यांनी सांगितलं. त्यांच्या हयातीत

त्यांची चौथ्या पिढीपर्यंत फुललेली वंशवेल पाहण्याचे भाग्य त्यांना लाभले होते. त्यांच्या या आनंदात वृद्धाश्रमातील त्यांचे सर्व सहचरी सहभागी झाले. त्या सर्वांनी सरस्वतीकाकूंचं अभिनंदन केलं. सरस्वतीकाकू सुखावल्या. त्यांनी आकाशाकडे पाहून एक नमस्कार केला. तो परमेश्वराला केला की, त्यांना त्यांच्या पतीची आठवण झाली; ते मला कळले नाही.

गेली वीस वर्षे त्या वृद्धाश्रमात आहेत. वृद्धाश्रमातील सर्वांना त्या एक आधार आहेत. त्यांच्या ५०/६० वर्षांच्या संसारातही त्यांचा प्रेमळ सहवास हा त्यांच्या कुटुंबाचा आधारच होता. अनेक खस्ता खाऊन व दु:खे पचवून सोशिकपणे त्यांनी संसार उभा केला. पण पतिनिधनानंतर सुनेशी, सुलभावहिनींशी न जमल्याने त्यांची मन:शांती ढळली. प्रभाकरच्या मनाविरुद्ध सरस्वतीकाकूंना वृद्धाश्रमात पाठवण्याचा निर्णय झाला. सरस्वतीकाकूंनी सर्वांच्या सुखासाठी हा निर्णय मान्य केला. त्यांनी कोणालाही दोष दिला नाही. तरी गेल्या दहा वर्षांत त्यांचे त्यांच्या मुलांवरचे प्रेम थोडेही कमी झाले नाही. मुलांच्या सगळ्या आनंदाच्या प्रसंगी त्या सामील होतात. कठीण प्रसंगात त्यांना मार्ग दाखवतात. प्रभाकरची पत्नी सुलभा ही आता चांगली वागते. त्यांना परत घरी येण्याचा आग्रह करते. पण सर्व नाती टिकवूनही, त्यांच्या परीने भरभरून प्रेम करूनही त्या वृद्धाश्रमातच राहण्याचे पसंत करतात. वृद्धाश्रमातील स्नेहबंधही त्यांनी जपले आहेत. 'श्री'ला मुलगा झाल्याचे समजल्यावर आपण पणजी झाल्याचा आनंद वृद्धाश्रमातील सर्वांबरोबरच त्यांनी साजरा केला. आपल्याला कुटुंबानं वृद्धाश्रमात पाठवल्याचं थोडंही दु:ख त्यांना झालेलं नाही किंवा दु:ख पचवणं त्यांच्या अंगवळणी पडलं असावं. सगळ्यांचे अपराध पोटात घालण्यासाठी त्यांचं आईचं मन जिवंत आहे.

पणजी झाली तरी ती आधी आजी असते आणि आजी ही आधी आई असते, हेच खरं. मी सरस्वतीकाकूंचा निरोप घेतला, तेव्हा त्यांनी मला जपून जायला सांगितलं. मात्र त्यांना जपण्यासाठी वृद्धाश्रम होता, याचं दु:ख मला सलत राहिलं.

- ० -

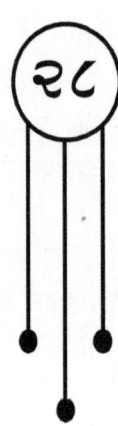

२८

लहानपण!

'लहानपण देगा देवा' असं म्हणण्याची आता सोय राहिलेली नाही, असं मला अलीकडे वाटू लागलंय. माझ्या लहानपणी शाळांना सुट्ट्या कधी पडतात आणि कानात वारा भरलेल्या वासरांसारखे आम्ही हुंदडायला मोकळे कधी होतो, असं होऊन जायचे. रानोमाळ करंवदीच्या जाळ्यांमधली करवंदे फस्त करत, आमराईत रखवालदाराची नजर चुकवून कैऱ्या पाडत व दगड मारून काळ्याभोर जांभळांचा पाऊस अंगावर घेत, पडलेली जांभळे गोळा करीत दिवस मावळतीला कधी जायचा तो कळत नसे. मुळा-मुठेच्या डोहात यथेच्छ डुंबायला मिळत असे. विटीदांडूचा खेळ मैदानावर रंगत असे. घरी पाहुण्यांची गर्दी झाली की, एखाद्या भल्या सकाळी आम्ही घरातली सगळी मुले अरण्येश्वराला किंवा चतु:शृंगीला पायी-पायी सहलीला जात असू. आई खमंग थालीपीठाचा डबा करून देत असे.

आजही या सगळ्या आठवणी ताज्या टवटवीत प्राजक्ताच्या फुलासारख्या आहेत. खेळण्या-बागडण्याचे हे दिवस आमच्यापासून त्या वेळच्या आमच्या मोठ्या माणसांनी कधीही हिरावून घेतले नाहीत. एखादे वेळी चेंडू किंवा विट्टी घराच्या खिडकीच्या काचेला लागून काच खळ्‌कन फुटली, तर वाड्यात आरडाओरडा होत असे. पाठीत एखादा धपाटाही खावा लागे. मग आमची रवानगी मैदानावर होत असे. पण आमचा खेळ कधी बंद झाला नाही. उन्हाळ्याची सुट्टी आमची हक्काचीच असे. या सुट्टीचा आनंद आम्ही मनमुराद लुटत असू. या सुट्टीसाठी तरी एकदा लहान

व्हावं, असं नक्कीच वाटेल.

परवा संध्याकाळी वसंताच्या घरी गेलो होतो. वसंता माझा मित्र. खूप दिवसांत भेट झाली नव्हती म्हणून वाट वाकडी केली व त्यांचं घर गाठलं. वसंताचा नातू आकाश आलेला दिसला.

वसंताचा नातू 'आकाश' खूप दमून आल्यासारखा मला वाटला. येऊन त्यानं हॉलमधल्या छोट्या दिवाणावर अंग टाकलं. मला वाटलं, तो खूप खेळून दमला असेल, म्हणून मी त्याला म्हटलं, 'काय आकाश, आज मैदान गाजवलंस वाटतं?' तो काहीच बोलण्याच्या मूडमध्ये नव्हता. त्याच्या डोळ्यांवर झापड आली होती व चेहरा पेंगुळला होता. छान संध्याकाळची वेळ होती. व हा आठ वर्षांचा मुलगा इतका दमला होता की, तो पडल्याक्षणी गाढ झोपला. तेवढ्यात वैशालीवहिनी हॉलमध्ये आल्या व आकाशाकडे पाहून म्हणाल्या, "अरेच्चा, आकाश झोपला वाटतं! आता सकाळशिवाय उठायचा नाही... असा रोजच उपाशी झोपतोय; काय म्हणावं या मुलाला?"

मला काही समजेना, की संध्याकाळी आकाश इतका का दमला? म्हणून मी वहिनींना विचारलं की, 'आकाशला बरं नाही का?' वहिनी सांगू लागल्या, "अहो, तसं काही नाही. आकाशला साडेपाच वाजता आम्ही उठवतो. सकाळी सहाला त्याला स्विमिंगला पाठवतो. तो आठला आला की साडेआठला त्याला इंग्लिश स्पिकिंगच्या क्लासला जायचं असतं. साडेनऊला क्लास संपतो. तोपर्यंत मी पोळीभाजी करून ठेवते." वहिनी सांगत होत्या. "क्लासला जाऊन आला की पट्कन डबा आणि पाण्याची बाटली त्याच्यासाठी तयार ठेवते. मग दहा वाजता तो शिबिरात जातो. शिबिरात रोज नवीन विषयावर व्याख्याने होतात. त्याचे प्रबोधन होते, चांगले संस्कार होतात, कम्प्युटरचे ज्ञान होते... शिवाय तेथे कवायती, योग शिकवतात!" वहिनी भरभरून सांगत होत्या. त्याच्या सुट्टीचं त्यांनी आखीव वेळापत्रक करून खोबरं केलं होतं.

मुलांचं लहानपण असं करपू द्यावं का? त्यांच्या अल्लडपणात, निरागसपणातच त्यांचे उज्ज्वल भविष्य लपलेले असते. त्यांच्या सुट्टीचा आनंद त्यांना मनमुराद लुटू द्यावा, असं शांतपणे निजलेल्या आकाशकडे पाहून मला वाटलं.

- ० -

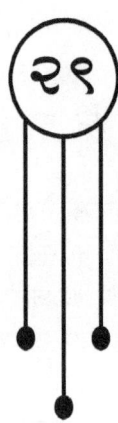

२१

भगताचा उतारा

ते एक गाव— कोकणातलं, अत्यंत दुर्गम भागातलं. जायला रस्ता संपूर्ण चढणीचा. पाऊस पडला की गुडघाभर चिखलाचा. गाव असेल पन्नासएक उंबरठ्यांचं, दोन-अडीचशे वस्तीचं. गावात शाळा आहे एकमास्तरी आणि एका खोलीची. मास्तर येतात शाळेत शिकवायला, हप्त्यातून एकदा. त्या दिवशीसुद्धा गावातली मुलं हजर नसतात. शाळेत पाठवून काय करायचं? घरची कामं कोण करणार? गुरं कोण चरायला नेणार? मुलांच्या आई-वडिलांचा एक खडा सवाल. गावात डॉक्टर नाही. दवाखान्यात जायचं, तर खाली उतरून दूर तालुक्याच्या गावी जावं लागतं. त्यापेक्षा गावातल्या भगताकडे जाणं सोईचं. त्याच्याकडे सगळ्या रोगांवर जालीम उतारा मिळतो. रोगावरच नाही, तर सगळ्याच अडी-अडचणींवर त्याच्याकडे अंगारे, धुपारे, गंडे-दोरे असतात. त्यातून माणूस मेलाच, तर भगत काय करणार? माणूस त्याच्या कर्मानं मरतो— अशी नितांत श्रद्धा. त्यामुळे गावातल्या भगताचा गावावर मोठा पगडा. गावातील कोणतीही गोष्ट भगताला विचारल्याशिवाय करायची नाही, हा गावाचा दंडक. गावातला भगत हा जणू त्या गावचा राजाच. गावगाडा हा असाच गेली कैक वर्षे चाललाय. त्यात गैर चाललंय, असं कोणालाही वाटत नाही. दिवस येतात आणि जातात. गावात कैक पिढ्या जन्माला आल्या, वीतभर पोटाची खळगी भरण्यासाठी मातीत राब-राब राबल्या आणि एक दिवस त्याच मातीत मिसळून गेल्या. यापेक्षा वेगळं काही घडलं असतं, ही कल्पनाही गावातल्या कोणाला

स्पर्श करून गेली नाही. गावाच्या भगताच्याच चार पिढ्या झाल्या; पाचव्या पिढीतल्या आजच्या भगताचंही गावाच्या अंधश्रद्धेच्या भांडवलावर बरं चाललंय.

गावातल्या दाजीनानांच्या मुलाचं— दामूचं लग्न गेल्या वर्षी झालं आणि रेवती सून म्हणून दाजीनानांच्या घरी आली. दिसायला सावळी, पण रेखीव, चुणचुणीत, सात-आठ इयत्ता शिकलेली— अशी पहिलीच सून गावात आली. एवढ्या डोंगरावरच्या गावात तिला कशी दिली, हा प्रश्न त्या गावातल्या सगळ्या म्हाताऱ्या-कोताऱ्यांना पडला. रेवतीला दाजीनाना रेवू म्हणत. रेवू या नावानंच तिला गाव ओळखू लागलं. सगळ्यांशी मिळून-मिसळून, गोड वागणारी रेवू थोड्या दिवसांत गावानं आपलीच मुलगी मानली. रेवूला चार-सहा महिन्यांत गाव समजला, गावची गरिबी कळली, हाल-अपेष्टा कळल्या, असहायता कळली, अंधश्रद्धा कळली. तिला दु:ख झालं. हे सर्व संपायला हवं, असं तिला क्षणभर वाटलं. आपल्याला काय करता येईल? तिला प्रश्न पडला. काही तरी करावं लागेल, असं तिला वाटू लागलं. ती शहाणी होती, साक्षर होती; चार बुकं शिकलेली होती.

एक दिवस तिनं तिच्या नवऱ्याला— दामूला विश्वासात घेतलं व तिचं मन मोकळं केलं. दामूला तिचं म्हणणं पटलं व गावासाठी काही तरी करायचं, असं दोघांनी ठरवलं. झालं. कामाची आखणी झाली व या कामाची सुरुवात गावातील भगताच्या घरापासून झाली.

एक दिवस घरातील काम उरकून रेवू दुपारच्या वेळी भगताकडे त्याच्या घरी गेली. भगत घराच्या ओसरीवर बसून त्याच्याकडे जमलेले नारळ गोळा करीत होता, पैसे जमा करीत होता. त्या बदल्यात लोकांना अंगारे, गंडे-दोरे देत होता. डोळे मिटून काही तरी पुटपुटत होता. असे बराच वेळ चालले होते. पिडलेली माणसे भयभीत मुद्रेनं उतारा घेऊन परत जात होती. सगळी माणसं गेल्यावर रेवूचा नंबर आला. 'काय पोरी, काय झालंय?' भगतानं तिला विचारलं, 'मला काहीही झालं नाही. भगतमामा, या गावालाच काही तरी झालंय; त्यावर उतारा मागायला मी आलेय.' रेवू म्हणाली. भगत गोंधळला, पण सावरला आणि म्हणाला, 'पोरी, तुला काय म्हणायचं आहे, ते नीट सांग!' रेवूनं प्रश्न केला, 'भगतमामा, तुमच्यावर लोकांचा खूप विश्वास आहे ना?' प्रश्न ऐकून भगत हसला. त्यात त्याचा अहंकार दडला होता. 'आपण गावाचं भलं करण्यासाठी या विश्वासाचा उपयोग करून घेऊ या.' रेवू पुढे बोलू लागली— 'गंडेदोरे व अंगारे आता थांबवा, कोंबडे कापायचं सांगणं बंद करा. त्याऐवजी चांगले उतारे

लोकांना सांगा; लोक तुमचं नक्की ऐकतील. तुळशीच्या मंजिरी आणायला सांगा व ज्यांच्याकडे तुळशीची रोपे नाहीत, त्यांना दान द्या. गावात भरपूर तुळशीची रोपे उगवतील. तुळशीला आपण देव मानतो. प्रत्येकाच्या घरासमोर तुळशीवृंदावन पाहिजे, असे सांगा. गावात स्वच्छ हवा खेळेल. देवळात कासवाची प्रतिमा असते. कासवाला आपण देवाचा अवतार मानतो. गावातील प्रत्येकाच्या विहिरीमध्ये कासव असतेच. विहिरीतील गाळ काढून कासवाची जोपासना करायला सांगा, विहिरीच्या पाण्याची स्वच्छता राहील, उंबराचं फूल आणायला सांगा. ते दुर्मिळ आहे. पण ते मिळावं म्हणून प्रत्येक घरटी उंबराचं एक झाड उभं राहील. पिंपळाची, पळसाची, कडुनिंबाची पानं आणायला सांगा... ती पानं मिळण्यासाठी गावातली लोक झाडं लावतील. गाईच्या दुधाचा नैवेद्य दाखवायला सांगा; घरोघरी गोमातेचे धन जोपासले जाईल व गावातले दूधदुभते वाढेल.''

भगतापुढे रेवूच्या रूपानं संकट उभं राहिलं होतं खरं. पोरीच्या हिमतीचंही त्याला नवल वाटलं, पण पोरीला मदत करण्याचं त्यानं वचन दिलं.

काही दिवसांतच गावातलं वातावरण बदललं. आता गावात रेवूनं तिच्या गावातल्या डॉक्टरला दाजीनानांच्या घरात दवाखान्यासाठी जागा दिलीय. तो हप्त्यातून दोन वेळा येतो. गावातली आजारी माणसं आता त्याच्याकडे जातात. गावातल्या शाळेत मास्तर रोज येऊ लागलेत. शाळेत गेल्यावर खिचडी मिळते, म्हणून गावातील मुलं आनंदानं शाळेत जाऊ लागली आहेत. गावच्या शिवारात उंबर, पिंपळ, पळसाची झाडं भगताकडच्या उताऱ्यासाठी लोकांनी लावली आहेत. गावात घरोघरी तुळशी वृंदावनं दिसू लागली आहेत. कासवांना देव मानणाऱ्या गावकऱ्यांनी गावातल्या विहिरी स्वच्छ केल्या आहेत. सगळ्यांच्या श्रद्धांची जपणूक करीत रेवूचा गाव कात टाकतोय. रेवूच्या चेहऱ्यावर आनंदाचं चांदणं विलसतंय. ही कहाणी आहे एका गावाची— साठा उत्तरांची, पाचा उत्तरी सफल झालेली!

- ० -

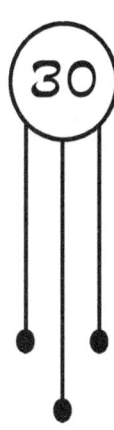

३०

आनंद- निसर्गाचं एक दान

माणसाला आनंद देणाऱ्या गोष्टी घडतात, तेव्हा त्याच्या चित्तवृत्ती फुलतात. आपल्याला आनंद होणं, ही एक सहजसुंदर अशी नैसर्गिक प्रक्रिया असते. ती घडलीच नसती, तर काय झालं असतं? माणसाला जगणं शक्यप्राय झालं असतं का, असा मला प्रश्न पडतो. आनंद डोळ्यांमधून व्यक्त होतो. चेहऱ्यावर त्याच्या छटा उमटतात. एखादी हास्यमुद्रा आनंद व्यक्त करते. यौवनात लज्जेनं चूर होऊन उमटलेला गालांवरील रक्तिमा आनंद लपवू देत नाही. विधात्यानं सर्वच प्राण्यांना दिलेली ही एक अनमोल अशी देणगी आहे. ओळखीचं माणूस पाहिलं की, कुत्रा आपली शेपूट हलवून आपला आनंद व्यक्त करतो. गाईचं वासरू शेपूट उंच उडवीत सुसाट वेगानं, आनंदानं आपल्या आईकडे धाव घेतं. पक्ष्यांचा किलबिलाट ही आनंदानं परस्परांना घातलेली साद असते. वृक्षवेलींच्या टवटवीतपणातून, तसेच उमललेल्या फुलांमधूनही आनंदच व्यक्त होतो. हे एक असं अजब रसायन आहे, ज्यामुळे सगळ्याचं जगणं सुसह्य व्हावं.

'व्यक्ती तितक्या प्रकृती' या उक्तीनुसार आनंद होण्याची कारणं मात्र व्यक्तिपरत्वे बदलत असतील. कोणाला कशात आनंद गवसेल, हे सांगणं थोडं कठीण आहे. सामान्य माणसासाठी आनंद व्हायला काही फार मोठी कारणं घडावी लागतात, असं मात्र नाही. छोट्या-छोट्या कारणांमधूनही तो मिळतो. ऑफिसातून लवकर सुट्टी झाल्याचा, स्टेशनवर गाडी लगेच मिळण्याचा, गाडीत खिडकीपाशी बसायला जागा मिळण्याचा, बस कंडक्टर

आपल्याकडे बघून चक्क हसल्याचा, घरातील नळाला अचानक आलेल्या पाण्याचा, गॅस सिलिंडर लगेच मिळण्याचा— ही आनंद होण्याची कारणे काही कमी मोलाची नाहीत. ही गमतीदार कारणं सोडली, तरीही समाजकार्यात काम करून आनंद मिळविणारी माणसेही काही कमी नाहीत.

सेवानिवृत्तीनंतर मतिमंद मुलांच्या पुनर्वसनात आनंद मानणारे माझे एक मित्र आहेत. स्वत:च्या आयुष्यभराच्या पुंजीतून खर्च करून ते व त्यांचे कुटुंब मतिमंद मुलांची शाळा चालवितात. सरकारी मदतीची ते वाट पाहत बसत नाहीत. त्यांच्या या शाळेला काही दिवसांपूर्वी मान्यता मिळाली, हे सांगण्यासाठी ते एका भल्या सकाळीच माझ्याकडे आले. शाळेला मिळालेल्या मान्यतेमुळे त्यांना अधिक जोरात काम करायला मिळणार याचा आनंद त्यांच्या थकलेल्या काळ्या-सावळ्या चेहऱ्यावरही मला एखाद्या चमकणाऱ्या ताऱ्यासारखा भासला. खूप परिश्रम घेऊन यश मिळाल्याचा तो अवर्णनीय आनंद होता.

एका आदिवासी आश्रमशाळेतील विद्यार्थांवर चांगले संस्कार घडविण्यासाठी नियमितपणे दररोज दोन तास काम करणाऱ्या माझ्या ओळखीच्या एक शिक्षिका आहेत. या विद्यार्थ्यांनी भगवद् गीतेमधील काही श्लोक, मनाचे श्लोक मुखोद्गत केल्याचा त्यांना झालेला आनंद त्यांना भेटणाऱ्या प्रत्येक व्यक्तीला त्या किती तरी दिवस वाटत होत्या, हे मी पाहिलं आहे. समाजकार्यात आनंद मानणाऱ्या या व्यक्तीचं मला खरंच अप्रूप वाटतं.

आपल्या व्यक्तिगत आयुष्यातही स्मरणात राहणारे आनंदाचे काही क्षण येतात. परीक्षेत उत्तमरीत्या उत्तीर्ण झाल्याचा आनंद, घर बांधून पूर्ण झाल्याचा आनंद, विवाह ठरल्याचा आनंद, सुंदर सहचारिणी मिळाल्याचा आनंद, मुलगा झाल्याचा आनंद... हे आनंदाचे क्षण आयुष्यभर साथ करतात. सकारात्मक दृष्टिकोन असणारी माणसे अधिक आनंदी असतात. ग्लास अर्धा रिकामा आहे याचे दु:ख न मानता, तो अर्धा भरलेला आहे यातच त्यांचा आनंद असतो. काहींच्या आयुष्यात सगळी सुखे पायी लोळण घेत असली तरी समाधानी वृत्ती नसेल, तर त्या सुखाच्या आनंदाला ते पारखे होतात, असं मी पाहिलंय. सामान्य परिस्थिती असलेल्या माझ्या एका मित्राची मुलगी श्रीमंत कुटुंबात पडली आणि अमेरिकेत वास्तव्य करून आहे, ही गोष्ट किती आनंदाची आहे? पण माझ्या या मित्राला त्यात आनंद नाही. तो म्हणतो, ती मुंबईतच असायला हवी होती; तिला रोज भेटता तरी आलं असतं. मुलगा डॉक्टर आहे व त्याची छान प्रॅक्टिस चालते याचा आनंद त्याच्या पित्याला होणं स्वाभाविकच आहे; पण या स्वाभाविकतेला

छेद देत नाखूष असणाऱ्या त्या पित्याला त्याचा मुलगा कलेक्टर व्हायला हवा होता. एखाद्या छोट्या गावात छानपैकी स्थिरावलेल्या व सुंदर घरात राहणाऱ्या एखाद्या व्यक्तीला त्यात आनंद मिळावा, हे अपेक्षित आहे; पण त्याचं स्वप्न एखाद्या मोठ्या शहरात राहण्याचं आहे. त्यामुळे तो उगाचच त्याचं दु:ख रोज उगाळीत बसतो; याला काय म्हणावं?

माणसाला होणारा आनंद हा त्याचा स्थायिभाव असतो. त्याचं महत्त्व अनन्यसाधारण असं आहे. निसर्गानं दिलेलं हे दान ओळखून ते सत्पात्री ठरवायला हवं. आपल्या चित्तवृत्ती आनंदात ठेवायला आपण शिकायला हवं. ज्या-ज्या ठिकाणी हा ठेवा आपल्याला गवसणार आहे, ती-ती ठिकाणं आपण शोधून काढायला हवीत. दुसऱ्याच्या आनंदातही ती गवसतील. सहजपणे मिळणाऱ्या आनंदाचा आपण आस्वाद घ्यायला हवा. तो आस्वाद घेतला, तर आपले चेहरे प्रसन्न राहतील, त्यासाठी आनंदाचे खोटे मुखवटे चेहऱ्यावर चढवावे लागणार नाहीत. आपण आपल्यासाठीच आनंदी असायचं असतं.

- ० -

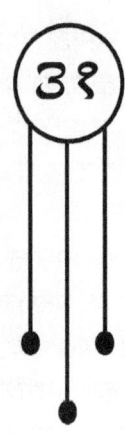

३१

नास्तिकाचा देव

काश्मीरच्या वैष्णोदेवीपासून तिरुपतीच्या बालाजीपर्यंत अवघ्या भारतवर्षात आपण अनेक तीर्थक्षेत्रांना भेटी देतो. चार-पाच तास किंवा त्याहीपेक्षा जास्त वेळ रांगेत उभे राहून आपण देवाच्या दर्शनाची प्रतीक्षा करतो. एवढ्या प्रतीक्षेनंतर आपला नंबर लागतो; तेव्हा क्षणभर तरी, देवाचं दर्शन मिळावं, त्याला डोळे भरून पाहता यावं, एवढी किमान अपेक्षा असते. पण ही अपेक्षा नेहमीच पूर्ण होते, असं मात्र नाही. काही सेकंदांत आपल्याला देवाच्या पाषाणमूर्ती समोरून बाजूला केलं जातं. गर्दीच एवढी असते की, नाइलाज असतो. असं जरी असलं, तरी क्षणभराचं झालेलं देवाच्या मूर्तीचं दर्शन आपल्याला आनंद देतं, समाधान देतं, श्रमपरिहाराचं सुख देतं; जणू प्रत्यक्षात आपल्याला देव भेटलेलाच असतो. केवळ यासाठीच सर्व तीर्थक्षेत्रं माणसांनी तुडुंब भरलेली दिसतात. अनेक कष्ट सोसून, आयुष्यभर काटकसर करून साठविलेल्या पुंजीतून खर्च करून तीर्थयात्रा केली जाते, ती केवळ दुःख विसरायला लावणाऱ्या देवाच्या पाषाणमूर्तीच्या दर्शनासाठी. या पाषाणमूर्तीत देव असतो, ही एक भाबडी श्रद्धा असते. देव म्हणजे सद्‌गुणांचे मूर्त स्वरूप आहे, म्हणूनच त्याचे ठिकाणी देवत्व आहे; अशी श्रद्धा ठेवून त्याचे दर्शन घेणारे भाविक या गर्दीत किती? नवस राहिलाय; तो फेडला नाही, तर अरिष्ट कोसळेल, अशी भीतीयुक्त भावना ठेवून दर्शन घेणारे किती? चार मुलींनंतर आता तरी मुलगा होऊ दे रे बाबा, त्याला घेऊन तुझ्या दर्शनाला परत येईन, अशी विनवणी करण्यासाठी

आलेले याचक किती? धंदा तेजीत झाला तर सोन्याचा मुकुट चढवीन, अशी व्यवहाराची भाषा त्याच्याशी करणारे किती? असे एक ना अनेक प्रश्न पडतात. तीर्थक्षेत्रं ही गर्दीची ठिकाणं झाल्याचं नेमकं हेरून व्यापाऱ्यांनी आपलं बस्तान बसविलं, तर त्यात काही नवल नाही किंवा तीर्थक्षेत्रे ही पर्यटनस्थळं झाल्यानं यात्रेकरूंच्या उपयुक्त सेवेची सोय करणाऱ्यांनी प्रामाणिकपणे व्यवसाय केला तरी समजू शकते. रोजगाराची व अर्थप्राप्तीची ही ठिकाणं असावीत; पण यात्रेकरूंच्या असहायतेचा गैरफायदा घेऊन त्यांची लूट करण्यासाठी मात्र ही ठिकाणं नक्कीच नसावीत.

देवाच्या दारापाशी राजरोसपणे असे घडताना आपण जेव्हा पाहतो, तेव्हा त्या देवाचीही त्यांना भीती कशी वाटत नाही याचे मला नवल वाटते. देवाला वाहिलेले नारळ, भक्तिभावाने, श्रद्धेने वाहिलेल्या इतर मौल्यवान वस्तू, खण साड्या, अशा वस्तू पुन्हा विक्रीसाठी बाहेर येतात व भाबड्या भक्तांनाच विकल्या जातात. परस्परांच्या संगनमताने हे सर्व घडत असते. दहा रुपये किमतीचे पूजेचे साहित्य पन्नास रुपयांना दिले जाते. रिक्षावाले थोड्या अंतरासाठी चौपट भाडे मागतात मंदिराबाहेर हे घडत असताना मंदिरात लोकांच्या श्रद्धेचा व्यापार करणारी मंडळी रांगेतील लोकांना देवाला अभिषेक घालण्याच्या निमित्तानं लवकर दर्शन घडविण्याचे आमिष दाखवितात. अर्थात हा अभिषेक व दर्शन खूप महाग असते. पैसेवाली मंडळी त्याचा फायदा घेतात. गरीब, सामान्य भक्तांची रांगेतील प्रतीक्षा मात्र वाढवितात. ते निमूटपणे सहन करण्यावाचून त्यांच्यासमोर काही पर्याय नसतो. ज्याचं दर्शन घ्यायचं, तो देवही त्यांच्या मदतीला धावून येत नाही. काही तीर्थक्षेत्रांच्या ठिकाणी मंदिराच्या व्यवस्थापकीय मंडळानेच देवाच्या दर्शनाच्या रांगांचे वेगवेगळे दर ठरविले आहेत. हे दर पंचवीस रुपयांपासून ते हजार रुपयांपर्यंत असतात. पंचवीस रुपये भरून पाच ते सहा तास रांगेत उभे राहावे लागणार असेल, तर हजार रुपये भरून अर्ध्या तासात देवाच्या दर्शनाची सोय केलेली असते. दर्शनासाठी हा खर्च करू न शकणाऱ्या गरीब भाविकांना मात्र बारा-बारा तास रांगेत उभे राहून देवाची भेट घ्यावी लागते. हे सगळे उघड्या डोळ्यांनी, कटीवर हात ठेवून शांतपणे पाहत तो देव उभा असतो. कोऱ्या नजरेने पाहत, सोशिकपणे तो सारे सहन करीत असतो. त्याशिवाय तो तरी काय करणार?

विश्वाच्या नियंत्याची ही अवस्था पाहून खरं म्हणजे मला त्याचीच दया येते. पहाटे अभिषेक स्नान करून घेऊन, नवीन वस्त्रे परिधान करून, फुलांच्या

माळा गळ्यात लेवून भक्तांना दर्शन देण्याचे त्याचे कर्तव्य सुरू होते. प्रत्येकाच्या मनातील दर्शनाचा हेतू समजून घेत, गाऱ्हाणी ऐकत आशीर्वचन देण्याचे त्याचे काम रात्री उशिरापर्यंत सुरू असते. त्याच्यापुढे येणाऱ्या नैवेद्याच्या ताटाकडेही त्याला पाहायला वेळ मिळत नाही. त्याच्या दर्शनासाठी व्याकूळ झालेल्या, बारा-बारा तास रांगेत उभे राहून पायांची काष्ठे करणाऱ्या उपाशी-तापाशी गरीब बापुड्या भक्तांसाठी त्याला एवढं करावंच लागतं. पण त्यामुळे त्याच्यावरील श्रद्धेचा बाजार मांडणाऱ्यांकडे मात्र त्याचं दुर्लक्ष होणं स्वभाविक आहे.

मला मात्र नेहमी असं वाटतं की, एखाद्या तीर्थक्षेत्री देवळाच्या बाहेर अलिप्तपणे हे सर्व न्याहाळणाऱ्या एखाद्या नास्तिकाला रात्री उशिरा देऊळ बंद झाल्यावर देव वेळात वेळ काढून नक्कीच भेटत असेल आणि मोकळा श्वास घेऊन दिवसभर घडलेल्या गोष्टींच्या गप्पा मारत असेल, मन मोकळं करत असेल. ही भेट त्याच्या आवडीची नक्कीच असेल. त्याच्या दर्शनासाठी कधीही न येणाऱ्या त्या नास्तिकाला कळवळून तो कदाचित सांगत असेल— 'तुझा नाही विश्वास माझ्यावर तर ठीक आहे, पण माझा तर विश्वास आहे ना तुझ्यावर! दर्शन देत जा अधून-मधून... बरं वाटतं रे!'

-०-

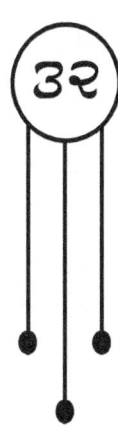

३२

...पण बोलणार नाही

कवी कुसुमाग्रज यांच्या 'काही बोलायाचे आहे...' या कवितेतील 'पण बोलणार नाही' अशी अंतऱ्याची पंक्ती आहे. आपल्याला खूप काही बोलायचं आहे, पण आपण ते बोलत नाही. कारणे असतीलही-नसतीलही; पण आपण बोलत नाही, हे मात्र खरं. हे लहानपणापासून चालत आलेलं असतं. मनात काही ठेवणं शक्य नसतं तोपर्यंत मनातलं चट्कन ओठांवर येतं. चांगलं-वाईट यांतील अंतर लक्षात येतं. तुझं-माझं जमू लागतं. एक मन आकार घेऊ लागतं. आपली स्वत:ची एक प्रतिमा, एक व्यक्तिमत्त्व तयार होऊ लागतं. कौटुंबिक परिस्थितीची जाण येऊ लागते. समाजात आपण नक्की कुठे आहोत, आपलं स्थान कोणतं आहे, आपल्याला कुठवर झेप घ्यायची आहे— आणि आपली जबाबदारी कोणती आहे, हे सारं हळूहळू लक्षात येतं. तिथेच आपली मर्यादा आपल्याला कळून चुकते, बंडखोर मनाला आवर घालण्याची समज येते. मनातलं सगळंच ओठांवर आणायचं नसतं, याची जाणीव होते. मग माणसं बोलायची थांबतात आणि परिस्थितीला शरण जातात.

माझ्या एका मित्राचं प्रमोशन झाल्याचा फोन आला. त्याचं अभिनंदन करण्यासाठी त्याच्या घरी गेलो. प्रमोशन झाल्यामुळे त्याची पत्नी खूपच आनंदात दिसली. मित्राचा चेहरा तसा नॉर्मल दिसला. काही विशेष झाल्याचे त्याच्या चेहऱ्यावर मला दिसले नाही. मी म्हटलं, 'काँग्रॅच्युलेशनस्!' तो हसला व 'थँक्स' इतकंच म्हणाला, मी म्हटलं, 'का रे खूष नाहीस?' तो म्हणाला, 'ठीक

आहे. पण फार काही विशेष घडल्याचं वाटत नाही. रांगेत उभ्या असणाऱ्याचा नंबर कधी तरी लागतोच; तसा माझा नंबर लागला, इतकंच. त्यात काही विशेष असं नाही!' एवढं बोलून त्यानं विषय संपविला.

लहानपणीच वडिलांचं निधन झाल्यामुळे त्याच्यावर सगळी जबाबदारी आली. बारीक-सारीक कामे करून व मामाच्या मिळालेल्या थोड्याफार मदतीवर त्यानं मॅट्रिकपर्यंतचं शिक्षण पूर्ण केलं. खरं तर तो हुशार होता. त्याला पदवीपर्यंतचं शिक्षण पूर्ण करून जर्नालिझममध्ये करिअर करायचं होतं. आव्हानात्मक कामाची प्रचंड हौस होती. पण त्याच्या मामाने तो मॅट्रिक झाल्याबरोबर त्याला नोकरीला जुंपलं. अर्थात, त्याच्या धाकट्या भावंडांच्या शिक्षणासाठी ते आवश्यकच होतं. त्याला त्याची जाणीव होती. त्याने त्याच्या सगळ्या जबाबदाऱ्या पार पाडल्या. नोकरीत कधी रस वाटला नाही, पण आईसाठी त्याने ते निमूटपणे सहन केलं. मामाच्या उपकाराची जाण कधी तो विसरला नाही. मामाच्या मुलीशी त्यानं कोणतीही तक्रार न करता लग्न केलं व तिच्याशी प्रामाणिक राहून तो संसारही करतोय. त्याची पत्नी भाबडी, कमी शिकलेली, पण प्रेमळ आहे. पण त्यानं त्याच्या पत्नीबद्दलच्या अपेक्षा कधीही व्यक्त केल्या नाहीत. त्यांचा संसार नीट चाललाय. पण मला शल्य आहे ते त्याच्या अव्यक्तपणाचं.

माझा आणखी एक मित्र व त्याची पत्नी ही अशीच एक मजेशीर जोडी आहे. परवा त्यांच्या लग्नाच्या वाढदिवशी मी त्यांच्या घरी फोन केला. फोन त्याच्या मुलीनं घेतला. मी तिला तिच्या बाबांना फोन देण्यास सांगितलं तर तिनं आई-बाबा महाबळेश्वरला गेल्याचं सांगितलं. मी क्षणभर अवाक् झालो. लग्नाचा एकविसावा वाढदिवस साजरा करण्यासाठी ही जोडी महाबळेश्वरला गेली होती. ही कल्पना अर्थातच त्याच्या पत्नीची असणार, हे मी ओळखलं. तिच्या आनंदाच्या कल्पना वेगळ्या आहेत. भारी किमतीच्या साड्या, अलंकार, सौंदर्यप्रसाधनं हे तिला जास्त प्रिय आहे. घरातील सजावट, चांगले फर्निचर याची तिला आवड आहे. या सगळ्या हौशी माझ्या मित्राच्या खिशाला अर्थातच परवडतात. तो एका चांगल्या कंपनीत मोठ्या पगाराची नोकरी करतो व त्याच्या पत्नीच्या सगळ्या हौशी गेली वीस वर्षे निमूटपणे पुरवितो. त्याने बाहेर जाताना कोणता पोषाख करायचा, हे ती ठरवते. तो ड्रेस करून निमूटपणे कंपनीत जातो. त्याला फारशी आधुनिकतेची आवड नाही व त्यातले त्याला काही कळतही नाही, असा तिचा निष्कर्ष आहे. आणि हे खरंही आहे.

तो माझा खूप जुना मित्र. तो पहिल्यापासून हुशार, पण साधा. त्याला

वाचनाची आवड. आधाश्याप्रमाणे तो ग्रंथालयातील पुस्तके वाचून फस्त करायचा. त्याला संगीताचे सूर भुरळ घालायचे. बाबूजी हे त्याचे दैवत. बाबूजींच्या सुरेल गीतांचा आनंद घेण्यासारखे दुसरे सुख या जगात नाही, अशा त्याच्या भावना. कॉलेजमध्ये असतानाच त्याच्याकडे सगळ्या रेकॉर्ड्स संग्रही होत्या. उत्तमोत्तम लेखकांची दुर्मिळ ग्रंथसंपदा त्याच्या संग्रही होती. तो उत्तम संघटक होता, उत्तम वक्ता होता. त्याला समाजकार्याची आवड होती. विद्यार्थ्यांच्या चळवळीत तो अग्रभागी असे. हे सगळे गुण गेल्या वीस वर्षांत कुठे दिसले नाहीत. वाचन जवळजवळ बंद झाले आहे. एखाद्या गाण्याच्या कार्यक्रमाला चल म्हटलं, तर पत्नीबरोबर शॉपिंगला जावे लागणार आहे, असे तो म्हणतो. एकूणच, त्याच्या मूळ अभिरुचीपासून तो खूप दूर गेलाय. त्याच्या पत्नीला साहित्यात आणि संगीतात रस नाही. तिला हे निरर्थक वाटते. ती जास्त प्रॅक्टिकल आहे. त्याने ओव्हरटाइम करून पैसे मिळविणे ती जास्त महत्त्वाचे मानते.

या गुणी व्यक्तींना खूप काही बोलायचं असेलही; पण कवी कुसुमाग्रजांच्या कवितेतील ओळीप्रमाणे 'पण बोलणार नाही...' अशी भावना या व्यक्ती मूकपणे व्यक्त करतात, असं वाटतं कधी कधी. अव्यक्तपण हे व्यक्तपणापेक्षा जास्त बोलकं असतं, हेच खरं.

- ० -

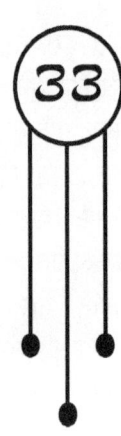

३३

आईची काशीयात्रा

गेल्या आठवड्यात एका मित्राकडे गंगापूजनासाठी जाण्याचा योग आला. हा माझा मित्र नुकताच त्याच्या कुटुंबासह काशी-प्रयाग या तीर्थस्थळांची यात्रा करून आला. हा मित्र म्हणजे कोणी वृद्धत्वाकडे झुकलेला पेन्शनर नव्हे, तर चांगला पस्तिशीचा तरुण आहे. मी विचारलं; तेव्हा त्यानं ही यात्रा त्याच्या वृद्ध आईसाठी केली, असं तो म्हणाला. आई, पत्नी व लहान मुलांसह हे कुटुंब काशी-विश्वेश्वराचं दर्शन घेऊन आलं. त्यानंतर गंगापूजनाचं आयोजन त्याच्या घरी केलं होतं. त्याची नातेवाईकमंडळी, मित्रमंडळी घरी जमली होती. घरातील वातावरण एखाद्या सत्यनारायणाच्या पूजेसारखं होतं. गंगाजलाने भरलेल्या कलशांचे मंत्रोच्चारांत पूजन चालले होते. वृद्ध आईच्या हस्ते पूजन होत होतं.

मी व माझ्या पत्नीने माझ्या मित्राच्या वृद्ध आईला वाकून नमस्कार केला व विचारलं, 'काय काकू, कशी काय झाली काशीयात्रा?' उत्तरादाखल त्यांचा सुरकुतलेला चेहरा हसला. त्या वृद्ध मातेच्या चेहऱ्यावर कृतार्थतेचा आनंद ओसंडून वाहत होता. त्या प्रसन्न चेहऱ्यावर मला त्यांच्या मुलाविषयीची कृतज्ञता दिसली. त्यांचं मन कोठे तरी भूतकाळात लांबवर गेल्याचं जाणवलं. 'यात्रा छान झाली!' त्या सांगू लागल्या. 'विश्वेश्वराला डोळे भरून पाहिलं रे बाबा!' त्यांच्या डोळ्यांत पाणी तरळलं. काशी-विश्वेश्वराला भेटून आल्याचा विलक्षण आनंद त्यांना झाला होता. 'जाताना रेल्वेच्या एसी डब्यातून आरामात गेलो,' त्या सांगू लागल्या, 'एक गोष्ट मनात होती की एकदा विमानात बसायचं, तेही माझं

स्वप्न माझ्या या लेकानं पुरं केलं. येताना आम्ही अलाहाबाद, लखनौ करून विमानात बसून आलो. सगळी इच्छा पूर्ण झाली!' काकूंनी अतिशय आनंदी मुद्रेनं सांगितलं. 'आता विश्वेश्वराला म्हणावं, केव्हाही नेलंस तरी चालेल!' काकू सद्‌गदित झाल्या. आयुष्यातील सर्व इच्छापूर्तीचा विलक्षण आनंद मला या माझ्या मित्राच्या वृद्ध मातेच्या चेहऱ्यावर दिसला.

मी गहिवरलो. मग मी माझा मोर्चा मित्राकडे वळविला. खरं म्हणजे, त्याचं मला कौतुक वाटलं होतं. त्याच्या मातृप्रेमाबद्दल मी त्याला धन्यवाद दिले आणि म्हटलं, 'तू खूप चांगलं केलंस. तुला हे कसं सुचलं?' मी विचारलं. तेव्हा त्यानं एक लहानपणीची गोष्ट सांगितली.

त्याचं कुटुंब शेतकऱ्याचं. एका दुर्गम खेड्यातलं. ते दिवस दुष्काळाचे होते. खायची पंचाईत. आई खूप कष्ट करून आम्हाला मोठे करीत होती. मला शाळेत पाठवीत असे. खूप शिकायचं, असं ती सांगत असे. एकदा रविवारी आम्ही घरासमोरच्या सारवलेल्या अंगणात धान्य पाखडत बसलो होतो. आम्ही दोघे भाऊ आणि आई असे तिघे जण होतो. तेवढ्यात कपाळाला मोठे गंध लावलेला, पांढरे कपडे घातलेला एक बैरागी ज्योतिषी अंगणात येऊन उभा राहिला. 'माय, थोडा पसा दे' असं म्हणून तो झोळी पुढे करून धान्य मागू लागला. आईने पसाभर तांदूळ त्याच्या झोळीत टाकले. तेव्हा तो हसला. त्याच्या चेहऱ्यावर समाधान होतं. माझ्याकडे बोट दाखवून तो आईला म्हणाला, 'माय, हा तुझा मुलगा तुला काशीयात्रा घडवेल!' असं म्हणून 'जय श्रीराम' असं म्हणत तो निघून गेला. मला भविष्य किंवा ज्योतिषशास्त्रातील काही कळत नाही; पण लहानपणी भविष्यवाणी केलेल्या त्या ज्योतिषाचे शब्द माझ्या मनात घर करून राहिले. ते शब्द एखाद्या व्रतासारखे पूर्ण करण्याचा मी प्रयत्न केला, एवढंच.

त्याचं सांगणं संपलं नव्हतं. लेकानं बांधलेली ही मातृपूजाच होती; काशीयात्रा हे एक निमित्त! दिवस जात होते; आमची परिस्थिती सुधारली. आईच्या आशीर्वादाने आता काही कमी नाही. गेल्या वर्षी आई आजारी होती. या वर्षी तिची तब्येत चांगली आहे. तिची इच्छा पूर्ण व्हावी, या हेतूने ही काशीयात्रा घडली. तिला विमानात बसविले, तेव्हाचा तिचा आनंद मला कधीही विसरता येणार नाही. त्याचं सर्व श्रेय खरं म्हणजे तिलाच. जे सगळं आहे, ते तिचंच आहे— ही भावना माझ्या त्या तरुण मित्राची होती.

वेदमंत्रांच्या घोषात गंगापूजन चालू होतं. मी कलशाचं दर्शन घेतलं. किती मुले अशी मातृभक्त असतात, असा प्रश्न मला पडतो. वृद्धाश्रमातील अनेक

मातांना मी भेटलो आहे. मला वाटायचं, वृद्धाश्रमातील वृद्ध माता निपुत्रिक असतात. पण त्या वृद्धा कर्तृत्ववान श्रीमंत मुलांच्या माता असतात. महिन्याचे पैसे फेकले की, त्यातच त्यांची इतिकर्तव्यता असल्याचं ते समजतात. आईच्या भावनांचा विचार करायला त्यांना वेळ कुठे आहे?

- ० -

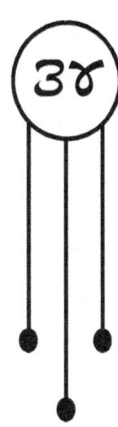

३४

व्यथा

गेली काही वर्षे ती पुन्हा लिहिते आहे. दैनिकांना, मासिकांना पाठविलेल्या लेखांच्या कागदांनी तिच्या घरातील कपाटे गच्च भरली आहेत. मासिकांना एकामागे एक लेख पाठविण्याचा तिचा उद्योग अव्याहत चालू आहे. कवितांच्या चोपड्यांनी कपाटात गर्दी केली आहे. कागद, पोस्टेज आणि शाई यावर होणाऱ्या खर्चाची तिला आता पर्वा नाही. लिखाणाच्या वेडानं तिला पुरतं ग्रासलं आहे. तरीही या वेडाचं तिला अपार कौतुक आहे. आपल्या लिखाणानं वाचकाला किती आनंद मिळतो, याचं पक्कं गणित तिच्या मनात असतं. या लिखाणानं तिचं मन मोकळं होत असतं. कारण लिखाण संपलं की, मन हलकं होतं, असं ती म्हणते. एक वेगळंच समाधान मिळविण्याची तिची ही धडपड असते. एका मासिकात छापून आलेल्या तिच्या एका खुमासदार लेखाला पहिलं बक्षीस मिळाल्याचं समजलं, म्हणून तिचं अभिनंदन करण्यासाठी आम्ही काही मंडळी तिच्या घरी गेलो. तिचा चेहरा आनंदानं फुलून गेला होता. संपादकांनी पाठविलेलं अभिनंदनाचं पत्र व प्रशस्तिपत्र आम्हा सर्वांना दाखविताना तिला आकाश ठेगणं झालं होतं. आम्ही सर्वांनी तिचं मनापासून अभिनंदन केलं. पहिलं पारितोषिक मिळालेला तिचा तो लेख वाचून मला तिची व्यथा समजली.

तिनं त्या लेखात तिच्या काही आठवणी लिहिल्या होत्या. या आठवणी तिच्या लेखनाच्या वेडासंबंधी होत्या. तिच्या वडिलांनी तिच्यासाठी स्थळं बघायला सुरुवात केली, त्या दिवसांची एक

आठवण होती. एक साताऱ्याकडचं चांगलं स्थळ तिच्यासाठी आलं होतं. मुलगा चांगला इंजिनिअर होता. त्यानं तिला पसंतही केलं होतं. तिच्या वडिलांनी तिला साहित्याची आवड असल्याचं आणि ती खूप छान लिहिते, असं जेव्हा त्या मुलाला कौतुकानं सांगितलं; तेव्हा त्या मुलानं तिच्याकडे असं काही पाहिलं की, एखाद्या वेड्याकडे पाहावं! आणि आश्चर्य म्हणजे, त्या मुलानं या एका कारणासाठी तिला चक्क नाकारलं होतं. असं घडल्यावर अर्थातच तिचे वडील तिच्यावर फार नाराज झाले होते आणि तिचं लग्न होईपर्यंत लिखाण बंद करण्याची तंबी त्यांनी तिला दिली होती. इतकंच नव्हे, तर तिच्या सगळ्या पुस्तकांच्या, लिखाणाच्या चोपड्यांच्या कपाटाला कुलूप लागलं होतं. तिला लिखाणाची आवड आहे, असं तिनं कोणालाही सांगायचं नाही, अशी तिला ताकीद देण्यात आली होती. त्यानंतर खूप दिवस तिची लेखणी बंदच होती. मनात एखादी छानसी कविता जुळून येई, पण ती व्यक्त होत नसे. एखादा छानसा लेख मनात आकार घेई, पण त्याला लेखणीतून साकार होण्याचीच मुभा नसे. मनातील या वेदनांनी तिचा ऊर जळे. ती अस्वस्थ होई. माझं लिखाणाचं वेड की माझा विवाह श्रेष्ठ, असं तिच्या मनात येई. लिखाणाच्या वेडासाठी अविवाहित राहण्याचीही तिनं मनाची तयारी केली होती. तिचं हे वेड समजून घेणारा कोणी तरी जोडीदार तिला खरं म्हणजे पाहिजे होता.

या भीतीपोटी तिनं तिचं लग्न झाल्यावरही तिच्या पतीपासून अनेक वर्षे तिचं हे वेड लपवून ठेवलं होतं. न जाणो, काही विपरीत घडलं तर? ...हा प्रश्न तिला अस्वस्थ करत असे. काही दिवसांपूर्वी तिच्या पतीला तिचं हे वेड समजलं. त्यानं तिला समजून घेतलं होतं व खुशाल लिहीत जा, असं सांगितलं. बांध फुटला, अडसर दूर झाला; पाणी वाहू लागलं. लेखणी झरू लागली. तिच्या कवितांना नवा जन्म मिळाला. लेख प्रसिद्ध होऊ लागले. तिची प्रतिभा झळाळू लागली. सध्या ती एक सुप्रसिद्ध लेखिका म्हणून वावरते. तिच्या लहानपणापासूनच्या एका सुप्त गुणावर, तिला लाभलेल्या दैवी प्रतिभेवर हा तिच्यावरचा झालेला अन्याय तिनं अनेक वर्षे मुकाटपणे सोसल्याचं खरं म्हणजे दुःख झालं. ती केवळ एक स्त्री होती व तिच्या वडिलांसाठी ते एक परक्याचं धन होतं; तिचा असा एखादा छंद तिच्या विवाहासाठी अडसर ठरू नये, म्हणून हा तिच्यावरचा हा अन्याय झाला असेल का, असा मला एक प्रश्न पडला.

आपल्या मुलांमध्ये असे सुप्त गुण असतात. ते खरं म्हणजे, ते जोपासायला हवेत, ते प्रकाशात आणायला हवेत. परंतु एक काळ असा होता; हे सुप्त गुण

कदाचित तथाकथित प्रतिष्ठेला बाधा आणत असत. कविता करणं, हा चेष्टेचा विषय होई. आजही होतो. पण आता परिस्थिती काहीशी बदलली आहे. म्हणूनच खूप उशिरा का होईना, तिच्या गुणांचं कौतुक होतंय, हे तिच्या डोळ्यांतल्या आनंदाश्रूंनी मला सांगितले.

- ० -

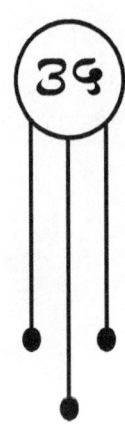

३५

होळी

डोंगरवाडीच्या लोकांचा आग्रह मला मोडवेना, म्हणून मी होळीच्या दिवशी डोंगरवाडीला मुक्काम केला. मुक्कामच होता म्हणून गावाच्या आजूबाजूचं जंगल स्वच्छ चांदण्याच्या प्रकाशात डोळ्यांत साठवलं. डोंगरवाडी हे उंच डोंगरावरचे विस्तीर्ण सपाटी लाभलेले जणू एक हिरवकंच मैदान आहे. रात्रीच्या वेळी भुतासारखी भासणारी महाकाय झाडं, घोंगावणाऱ्या वाऱ्याबरोबर त्यांच्या हलणाऱ्या अक्राळविक्राळ भासणाऱ्या फांद्या, मनाचा थरकाप उडविणारी पानांची सळसळ, काळ्याभोर भेसूर सावल्या, झाडांना उलटी टांगलेली चीत्कार करणारी वटवाघळे... हे सगळं जणू या गावाचं वैभवच.

गावठाणाबाहेर होळीचं मैदान आहे. येथे दर वर्षी होळीचा प्रचंड मोठा होम पेटतो. हा मोठा होम जवळच असलेल्या गावदेवीच्या साक्षीनं मध्यरात्री पेटविण्यात येतो. हा होम इतका मोठा असतो की, डोंगराखालच्या जवळपासच्या गावांना डोंगरवाडीची होळी पेटली, हे समजावं. गावात या सणाची सुरुवात प्रत्यक्ष होळीच्या सणाच्या पूर्वी दहा दिवस आधी होते. होळीच्या मैदानात पहिल्या दिवशी एक गोलाकार छोटा खड्डा खणण्यात येतो. प्रत्येक दिवशी तो थोडा-थोडा मोठा करून त्यात जवळच्या जंगलातला लाकूडफाटा पेटविण्यात येतो. प्रत्येक दिवसाच्या या छोट्या होळीला पहिले पिल्लू, दुसरे पिल्लू, तिसरे पिल्लू— असे म्हणतात. प्रत्यक्ष होळीच्या सणाच्या दिवशीचे दहावे पिल्लू भले मोठे असते. या दिवशीचा गोलाकार खड्डा चांगला लांब-रुंद असतो.

होळीच्या आदल्या दिवशी चोर हळकुंड असते. त्या दिवशी गावतल्या घरांच्या आवारांतल्या साठवून ठेवलेल्या लाकूडफाट्यावरही डल्ला मारला जातो आणि होळीसाठी लाकडे जमविली जातात. मुलांच्या, तरुणांच्या या डल्लेगिरीकडे वर्षातून एकदा येणाऱ्या या सणाच्या निमित्तानं मोठी माणसं थोडंफार दुर्लक्ष करतात. चोर हळकुंडाच्या दिवशी गावात आणखीही काही गमतीजमती घडतात. जन्मभर धोतर-बंडीत दिसणारे नाना होळीच्या सणाच्या दिवशी मुलाने मुंबईहून आणलेल्या शर्ट-पॅंटीत अवघडल्यासारखे फिरताना दिसतात आणि नेहमी गोल पातळात दिसणाऱ्या नानी काठापदराचे नऊवारी पातळ नेसून ठसक्यात मिरवताना दिसतात. अण्णांच्या पडवीतला गणपतीचा फोटो गायब होऊन त्याजागी ऐश्वर्याचा गोड हसणारा फोटो अचानकपणे प्रकट होतो आणि वसंताच्या खोलीतल्या ऐश्वर्याच्या फोटोच्या जागी गणपतीबाप्पा प्रकट झालेले दिसतात. याशिवाय शिमग्याच्या चित्रविचित्र सोंगांनी गावात धमाल उडवलेली असते.

होळीच्या मैदानावरील जो गोलाकार आणि उथळ खड्डा खणलेला असतो, त्याच्या मध्यभागी एखाद्या उंच झाडाचे वाळलेले खोड खांबासारखे उभे केले जाते. त्याभोवती लहान-मोठी लाकडे वरच्या भागाकडे निमुळती होत रचली जातात— जणू गोलाकार पिरॅमिडच्या आकारासारखी. मधल्या खांबाच्या उंच टोकावर एक कोंबडीचे जिवंत पिल्लू बांधून ठेवलेले असते. ते निष्पाप डोळ्यांनी हे काय चाललंय, अशा प्रश्नार्थक भावनेने सगळं काही न्याहळत असते. मधूनच केकाटत असते. लाकडांचे रचकाम झाले की, होळीला हार-फुले वाहिली जातात. रांगोळी काढली जाते. मग होळीची यथासांग पूजा केली जाते. तिला पुरणपोळीचा नैवेद्य दाखविला जातो. सर्व जण मनोभावे नमस्कार करतात. मग गावच्या सरपंचाकडून होळीभोवती एक फेरी मारून होम चेतविला जातो. होमाच्या ज्वाळा क्षणांत गगनाला जाऊन भिडतात. वर बांधलेले निष्पाप कोंबडीचे लेकरू एकदाच मोठा आवाज करून शांत होते. त्या प्रचंड ज्वाळेत नंतर त्याचे काय होते, कुणास ठाऊक? जणू त्या ज्वालांबरोबर ते थेट स्वर्गात जात असावे! होळीचा होम पेटला की, सगळा गाव त्या पिवळसर-लाल अग्निदेवाचे दर्शन घेतो. सगळी पापं त्यात जळून खाक होऊ देत, अशी प्रार्थना करतो. होळीला असंख्य नारळ अर्पण केले जातात. हे भाजलेले नारळ शोधण्यासाठी व बाहेर काढण्यासाठी तरुणांची झुंबड उडते. मग खोबऱ्याचे भाजलेले खमंग तुकडे प्रसाद म्हणून वाटले जातात. होळीचे दर्शन झाल्यावर मग सगळा गाव गावदेवीच्या मंदिरात गर्दी करतो, ते देवीचं मनोभावे दर्शन घेण्यासाठी.

होळीच्या ज्वाळा आकाशाकडे झेपावत होत्या, ठिणग्या फुलत होत्या, गावातील पापे होळीत जळून खाक होत होती. पण त्या खांबावर उंच बांधलेल्या कोंबडीच्या पिल्लाची आठवण माझ्या मनाला हुरहूर लावून जात होती. गावाच्या होळीच्या सणाच्या आनंदासाठी त्या लेकरानं आपली आहुती दिलेली आहे, हे मला राहून-राहून आठवत होतं. मला रात्रभर झोप लागली नाही.

दुसऱ्या दिवशी सकाळी होळीच्या मैदानात त्या पिलाची चिमूटभर राख मी कपाळाला लावली व डोंगर उतरायला सुरुवात केली. डोंगर उतरता-उतरता चांगलं फटफटीत उजाडलं होतं. कोसभर खाली उतरल्यावर मला रावजी आणि सख्या भेटले. एका गुबगुबीत मेंढराला बळेबळेच खेचून वर गावाकडे घेऊन जात होते. ते मेंढरू यायला तयार नसावं, असं दिसलं. मी रावजीला विचारलं, 'हे काय, सकाळी सकाळीच मेंढराला का बळंबळंच नेतोयस?' तेव्हा तो म्हणाला, 'देवीच्या निविद्याला घेऊन चाललोय जी! गावकीनं तीन हजाराला विकत घेतलाय धनगराकडनं. देवीला त्याचं एकदा रगत दाखवलं की, आज धुळवडीचं गावकीला मटणाचं झक्कास जेवण होणार आहे. तुम्ही बी थांबा की! देवीच्या परसादाला न्हाई म्हनू नका!'

गावाच्या होळीत कोंबडीच्या पिल्लानं दिलेली आहुती मी पाहिलेली होती आणि आता देवीच्या नावानं द्यावयाचा त्या गुबगुबीत मेंढराचा बळी पाहणं मला शक्य नव्हतं. मी डोंगर उतरू लागलो. मनात विचारांचं काहूर माजलं होतं. कुठल्या ना कुठल्या जीवाचा अंत करून साजरे होणारे सण माणसातल्या क्रूरतेची परिसीमा गाठतात, असं मला वाटलं.

- ० -

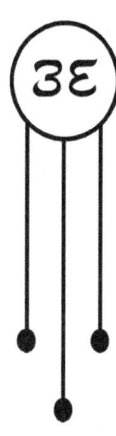

३८

आठवणी दाटतात...

'आठवणी दाटतात धुके जसे पसरावे! जे घडले ते सगळे सांग कसे विसरावे?' ही माणिकताईंच्या गाण्याची ओळ रोमांचक क्षणांना विसरता येणार नाही अशा अर्थाची आहे, हे खरंय. पण आयुष्यात घडलेल्या अनेक गोष्टी खरंच विसरता येणं शक्य नाही; किंबहुना, या आठवणींवरच माणूस जगत असतो, असं मला नेहमी वाटतं. सुखाचे-दु:खाचे अनेक क्षण आयुष्यभर सोबत करीत असतात. दु:खदायक घटना मनाला क्लेश देतात, तर सुखदायक घटना मनाला आनंद देतात. थोडं निवांतपण मिळण्याचा अवकाश की, आपलं मन भूतकाळाकडे झेपावतं. भूतकाळाच्या उदरात दडलेल्या घटनांची मालिकाच डोळ्यांसमोरून सरकू लागते, एखाद्या चित्रपटासारखी. आठवणी ताज्या होतात. काही गोष्टींच्या आठवणींचा ठसा मनावर खोलवर ठसलेला असतो.

माझी आई गेल्याचा दिवस मला अजून विसरता आलेला नाही. ज्या माझ्या लहान वयात माझी आई गेली, त्या वयात माणसाचं जाणंही मला अनभिज्ञ होतं. पण तरीही आई परत कधीही न येण्यासाठी गेली आहे, हे त्या माझ्या वयात मला जे समजलं, ती समज अजून मला विसरता आलेली नाही. त्या दिवशी माझ्या वडिलांनी, मावशीनं, शेजारच्या काकूंनी मला जवळ घेऊन माझ्या अंगा-खांद्यावरून हात फिरवून जो मायेचा स्पर्श दिला; तो स्पर्श मला अद्याप विसरता आलेला नाही. आईचं निपचित पडलेलं कलेवर मला विसरता आलेलं नाही.

त्यानंतर काही दिवसांनी वडिलांचा हात धरून मी शाळेत

गेलो, तो शाळेचा पहिला दिवस मला अजूनही आठवतो. माझ्या मित्राच्या डब्यात त्याच्या आईनं मला आवडायचा म्हणून करून दिलेला गोड शिरा मला विसरता आलेला नाही. तो मी खायचोही, पण संकोचून, हेही मला अजूनही आठवतंय. शाळेच्या मधल्या सुट्टीत चन्यामन्या बोरं, काडीला लावलेल्या किसलेल्या बर्फाचा लालभडक गोड गोळा... काचेच्या डब्यात गुलाबी रंगाचा असलेला, तोंडात ठेवला की पट्कन विरघळणारा बुढ्ढीका बाल... कुल्फीवाल्याकडची दुधाळ कुल्फी... भुईमुगाच्या भाजलेल्या शेंगा मला घेता येत नसत; पण 'कोल्ह्याला द्राक्षे आंबट' या आविर्भावात मी उसना आव आणून वावरत असे, हेही मला विसरता आलेलं नाही.

शाळेत मराठीच्या गुरुजींनी साभिनय शिकवलेली 'एक तुतारी द्या मज आणुनी, फुंकीन मी जी स्वप्राणाने' ही केशवसुतांची कविता किंवा 'प्रेमस्वरुप आई, वात्सल्यसिंधू आई, बोलावू तुज आता मी कोणत्या उपायी' ही माधव ज्युलियन यांची आईची आठवण करून देणारी कविता मला त्या वर्गात आजही घेऊन जाते. सामान्य विद्यार्थ्यांसाठी मॅट्रिकपर्यंतचे शिक्षण म्हणजे आभाळाला हात, असे समजण्याचे ते दिवस होते. मॅट्रिकनंतर पुढचे महाविद्यालयीन शिक्षण किंवा नोकरीसाठी वणवण अशा दोन मार्गांवरून जाणे— हे पर्याय असत. मॅट्रिकपर्यंत एकत्र शिकत असलेल्या विद्यार्थ्यांच्या पुढच्या वाटा बदलत, म्हणून मॅट्रिकच्या परीक्षेआधी, विद्यार्थ्यांचा एक गोड निरोप समारंभ होई; तो हळवा निरोप समारंभ मला अजून विसरता आलेला नाही. आमच्या शाळेत विद्यार्थिदिन असे. त्या दिवशी मोठ्या वर्गातील म्हणजे दहावी-अकरावीचे विद्यार्थी लहान वर्गातील विद्यार्थ्यांच्या वर्गात जाऊन एक-एक विषय शिकवत असत. या दिवशी मी मराठी शिकविण्याची हौस भागवून घेत असे. तो मी घेतलेला मराठीचा वर्ग मला अजून विसरता आलेला नाही.

नोकरीसाठी झालेली पहिली मुलाखत व माझं त्या वेळचं वेंधळेपण मला अजूनही आठवतं. नोकरीसाठी निवड झाल्याचं पोस्टमननं आणून दिलेलं पत्र व तो दिवस तो 'शिर्के' नावाचा पोस्टमन माझ्या अजूनही लक्षात आहे. नोकरीत रुजू होण्याचा माझा पहिला दिवस व माझी नोकरीची गरज ओळखणारे आमचे 'काटदरे'साहेब मला विसरता आलेले नाहीत. माझ्या नोकरीमुळे चिंतामुक्त झालेल्या माझ्या बाबांचा त्या दिवशीचा हसरा चेहरा व आईच्या तसबिरीसमोर उभे राहून त्यांनी ढाळलेले आनंदाश्रू मला विसरता आलेले नाहीत. जबाबदारीचं ओझं सरल्यानंतर आईला दिलेल्या वचनातून मुक्त झाल्याच्या आनंदात खरं

म्हणजे बाबा खूप वर्षे सोबत करतील, असं मला वाटलं होतं; पण घडलं विपरीतच. जणू आईची ओढ बाबांना बेचैन करीत असावी. इतिकर्तव्याच्या भावनेनं त्यांना ग्रासलं असावं. त्यांच्या दिवसेंदिवस खंगत चाललेल्या देहानं एक दिवस आईकडे जाणारी अखेरची वाट धरली. त्यांच्या कलेवराला अग्नी देण्याचा क्षण मला विसरता आलेला नाही.

माणसाच्या आयुष्यात आनंदाचेही क्षण येतात, प्रेमाच्या ओलाव्याने रोमांचित झालेले क्षण, विवाहाचे व मनोमीलनाचे क्षण, अपत्यप्राप्तीच्या आनंदाचे क्षण... बढती, अर्थप्राप्ती, सुंदर घर साकारणारे, प्रवासाचा आनंद देणारे क्षण... निसर्गाचा आनंद लुटणारे क्षण, ईश्वरभक्तीमध्ये तल्लीन होणारे क्षण... सगळेच क्षण अविस्मरणीय असतात— दाटलेल्या धुक्यासारखे. माणिकताईंच्याच गाण्यात म्हणायचे, तर जे घडलं ते कसं विसरायचं?

-०-

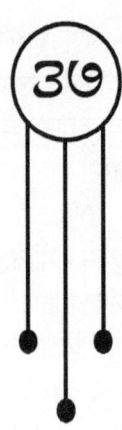

३७

कलावंताचं अमरत्व

पंडित भीमसेन जोशी यांच्या जाण्यानं झालेल्या दुःखातून सावरतो न सावरतो तोच गेल्या गुरुवारी संगीतसूर्य श्री. श्रीनिवास खळे तथा खळेकाका गेले. गायक, संगीतकार, कलावंत, साहित्यिक यांच्या जाण्याचं दुःख खूप मोठं असतं. अगदी कुटुंबातील एखाद माणूस गेल्याइतकं किंवा त्यापेक्षाही कधी कधी ते मोठं असतं. या कलावंतमंडळींची कधी कधी आपली साधी व्यक्तिगत ओळखही नसते, पण त्यांच्याशी जडलेलं नातं मात्र जिव्हाळ्याचं असतं. नुसतं जिव्हाळ्याचंच नव्हे, तर ते अतूट असं असतं. ही मंडळी गेली, असं आपण नुसतं म्हणायचं; पण त्यांच्या सहवासाशिवाय आपला एकही दिवस जात नाही, जाऊ शकत नाही.

खळेकाकांच्या अवीट गोडीच्या गाण्यांच्या मोहिनीनं आपलं अवघं आयुष्यच जणू व्यापून टाकलंय. मग छोट्या बहिणीनं दादाकडे केलेला लडिवाळ हट्ट 'गोरी गोरी पान' या गाण्यातून मनाला भावलेला असेल, 'या चिमण्यांनो परत फिरा रे घराकडे आपुल्या' ही आईची तिच्या चिमण्यांसाठीची आर्त हाक असेल किंवा 'शुक्र तारा मंद वारा' किंवा 'जेव्हा तुझ्या बटांना' किंवा 'लाजून हासणे अन्' ही तारुण्यसुलभ मनाची गीते असतील... 'एका तळ्यात होती बदके पिले सुरेख' ही खळेकाकांनी त्यांच्या गाण्यातून सांगितलेली सुरेख गोष्ट तर प्रत्येकाच्या मनात लपलेल्या राजहंसासाठीच आहे.

गदिमा जाऊन किती काळ लोटला? पण आजही त्यांची गोड गाणी आपला दिवस प्रसन्न करतात. आयुष्याच्या जरतारी

वस्त्राचे शंभर धागे दु:खाचे असतात व एकच धागा सुखाचा असतो, ही त्यांची कविता आपण विसरू शकत नाही. त्यांचं प्रत्येक गाणंच आपल्या मनावर कोरलं गेलंय. त्यांचं कोणतंही गाणं दूरवरून कानावर पडलं तरी मन सुखावतं, जगण्याची संजीवनी देतं, वास्तवतेचं भान देतं. ते त्यांच्या कवितेत म्हणतात त्याप्रमाणे आजही आपण इथे फुलांचं जन्मत:च मरण पाहतो, दगड-धोंड्यांना लाभलेली चिरंजीवीता पाहतो, बोरी बाभळींचं निरर्थक जगणं अनुभवतो आणि चंदनाच्या झाडांची कुऱ्हाडीनं केलेली कत्तलही पाहतो. या सगळ्यातून आजही गदिमा आपल्याला भेटतात. वास्तवतेचं भान करून देतात. त्यांचं प्रपंच चित्रपटातलं 'पोटापुरता पसा पाहिजे, नको पिकाया पोळी' हे गाणं आजही आपल्या मनाला 'समाधानी राहा' अशी समज देत राहतं.

बाबूजी गेले त्या दिवशी आपलं जगणं खरं म्हणजे शून्य झाल्यासारखं वाटलं. ते गेले; हे आजही खरं वाटत नाही, कारण त्यांना ऐकलं नाही, असा अजून एकही दिवस गेला नाही. त्यांच्याच गाण्यात म्हणायचं तर 'दोन ओंडक्यांची होते सागरात भेट, एक लाट तोडी दोघा पुन्हा नाही गाठ!' हे खरं असेलही; पण त्यांच्या जाण्याच्या दु:खाच्या प्रचंड लाटेलाही हे साध्य झालेलं नाही. कारण बाबूजींची त्यांच्या गाण्यातून गाठ पडली नाही, असा दिवस अजूनही आलेला नाही आणि येणारही नाही.

तद्वतच प्रभाकर पणशीकर गेले तरी त्यांची 'तो मी नव्हेच' यातील कोर्टाला सांगतानाची देहबोली मनातून कधीच पुसली जाणार नाही. 'अश्रूंची झाली फुले'मधला त्यांनी साकारलेला प्राध्यापक व डॉनही विसरता येत नाही. डॉ. काशीनाथ घाणेकरांनी साकारलेला लाल्यालाही विसरता येत नाही. पु.लं.च्या 'ती फुलराणी'मधील भक्ती बर्वेही मनात खोलवर घर करून आहे. पु.लं.च्याच 'व्यक्ती आणि वल्ली'मधील नारायणाला मी अजूनही चोळखण आळीत, कॅम्पात, नाही तर लक्ष्मी रोडवर दिसतो का; ते शोधत फिरत असतो. व.पुं.च्या कथेतील बँकेत काम करणारा एकबोटे मला कुठल्याही बँकेत भराभर नोटा मोजणाऱ्या कॅशियरमध्ये दिसतो. पं. भीमसेन जोशींच्या माहेरच्या पंढरीचे दर्शन त्यांच्या सुरेल गायकीतून दररोज घडते व ज्येष्ठ कवयित्री शांताबाई शेळके यांची गोड गाणी आपली मनं रिझवतात. इतकंच नव्हे, तर आपल्या वेदनांवर हळुवारपणे फुंकरही घालतात. बहिणाबाईंना जाऊन इतकी वर्षे झाली, तरी त्यांच्या अहिराणी भाषेतील 'अरे खोप्या मंदी खोपा, सुगरणीचा चांगला' या कवितेतील सुगरणीचा छानसा खोपा आजही आपल्याला झाडावर लटकताना दिसतो व त्यांची आठवण

जागी होते. 'अरे संसार संसार, जसा तवा चुल्ह्यावर', या कवितेच्या ओळी या जगात कष्टाविना काहीही मिळत नाही, हे आपल्याला आजही बजावत राहतात. आपल्या मनाचं तिखट शब्दांत वर्णन करताना, 'मन जहरी जहरी, त्याचं न्यारं रे तंतर, अरे इचु साप बरा, त्याले उतारे मंतर' असं त्या सांगतात. त्यातून माणसाच्या मनाची आजची परिस्थिती तरी कुठे वेगळी आहे, याचा प्रत्यय येतो.

देवाच्या दरबारात मरण अटळ असेलही; पण ते गायक, संगीतकार, कलावंत, साहित्यिक यांच्यासाठी नक्कीच नाही... कारण ते रसिकांच्या मनामनांतून जगतच असतात!

- o -

लेखकाचा परिचय

नाव	:	शशिकांत मुद्देबिहाळकर
पत्ता	:	३३१, कचेरी रोड, माणगांव, जि. रायगड
दूरध्वनी	:	०२१४०-२६३३७१
भ्रमणध्वनी	:	९७६७१५२६०८
E-mail	:	muddebihalkars@yahoo.com
शिक्षण	:	बी. ए. (राज्यशास्त्र) पुणे विद्यापीठ
		एम. पी. एस. सी. आर. क्यू. ई.
व्यवसाय	:	निवृत्त तहसिलदार, महसुल खात्यातील विविध पदांवरील कामाचा ३९ वर्षांचा अनुभव.

साहित्यक्षेत्रातील कार्य

- दै. सकाळ, दै. सागर, दै. कृषिवल मधून विविध विषयांवर गेली २० वर्षे लेखन.
- इंद्रधनुष्य - ललितलेख संग्रह त्रिकाल प्रकाशन, पनवेल यांच्यातर्फे २००८ साली प्रकाशित.
- महसुल नामा - दिलीपराज प्रकाशन प्रा. लि., पुणे यांच्यातर्फे २०११ मध्ये प्रकाशित.
- 'शब्दगंध' हा ललित लेखसंग्रह प्रकाशनाच्या वाटेवर.
- उत्कृष्ट साहित्यनिर्मितीबद्दल मुंबई नागरी समितीचा 'पत्ररत्न' राज्यस्तरीय पुरस्कार- २००८
- महाराष्ट्र मुक्त पत्रकार संघाचा साहित्य क्षेत्रातील राज्यस्तरीय 'महाराष्ट्र दीप' पुरस्कार - २००९

o ओम नम: शिवाय प्रतिष्ठान मुंबई यांचा साहित्य क्षेत्रातील 'दर्पणकार बाळशास्त्री जांभेकर' पुरस्कार - २०११

o कॉकपिट ग्रुप माणगांव या संस्थेचा माणगांव गौरव पुरस्कार - ऑक्टोबर २०११

छंद : वाचन, लेखन, प्रवास, संगीत.
सध्या आकाशवाणीच्या मुंबई केंद्रावरून 'ऐसी अक्षरे रसिके' कार्यक्रमातून ललित लेखांचे प्रक्षेपण.
कथाकथनाचे कार्यक्रम.

- o -